Tủ Sách Bảo Anh Lạc 30

CÁCH CHUẨN BỊ CHẾT

SANGYE KHADRO

(Song ngữ: Việt –Anh)

Chuyển ngữ: TN Giới Hương

Nhà Xuất Bản Hồng Đức

Huong Sen Buddhist Temple
19865 Seaton Avenue, Perris, CA 92570, USA
Tel: 951-657-7272, Cell: 951-616- 8620
Email: huongsentemple@gmail.com,
thichnugioihuong@yahoo.com
Facebook: https://www.facebook.com/ huongsentemple
Web: www.huongsentemple.com

MỤC LỤC

LỜI TÁI BẢN

Tập sách "Cách Chuẩn Bị Chết và Giúp Người sắp Chết theo Quan Điểm Phật Giáo" (*Preparing for Death and Helping the Dying – A Buddhist Perspective*) này dựa trên tài liệu được sử dụng trong các buổi hội thảo mà tôi đã tham dự nhiều lần ở Singapore và các nơi khác. Các buổi hội thảo này đã đáp ứng một nhu cầu xác thật trong thế giới hiện nay, như có một thành viên đã nói: "Tôi muốn biết nhiều hơn về cái chết và cách trợ niệm giúp người chết, nhưng rất khó để tìm ai đó sẵn sàng nói về những điều này."

Tài liệu cho buổi hội thảo này được lấy chủ yếu từ hai nguồn: giáo lý truyền thống của Phật giáo và các tác phẩm đương đại trong lĩnh vực hỗ trợ cho người chết. Tập sách này chỉ giới thiệu ngắn gọn về chủ đề thay vì giải thích chi tiết. Hy vọng của tôi là nó sẽ khơi dậy sự thú vị cho những ý tưởng được trình bày. Đối với những độc giả muốn tìm hiểu thêm, ở cuối tập sách này có liệt kê các tác phẩm liên quan đề tài chết này.

Cuốn sách này được xuất bản lần đầu vào tháng 10 năm 1999 tại Singapore. Đối với ấn bản hiện tại này, tôi có bổ sung, thêm nhiều tài liệu bao gồm có hai phụ lục. Rất mong đón nhận những ý kiến cho tác phẩm này được hoàn chỉnh hơn.

Tháng 3 năm 2003

Sangye Khadro

GIỚI THIỆU

Chết là một chủ đề mà hầu hết nhiều người không thích nghe đề cập hoặc thậm chí suy nghĩ đến. Tại sao vậy? Xét cho cùng, dù chúng ta có thích hay không, mỗi người chúng ta sẽ phải chết vào một ngày đó. Và ngay cả trước khi phải đối mặt với cái chết của chính mình thì chúng ta sẽ phải đối mặt với cái chết của những người khác - các thành viên trong gia đình, bạn bè, đồng nghiệp của chúng ta, và v.v… Chết là một thực tế, một sự thật của cuộc sống, vì vậy sẽ tốt hơn để chúng ta tiếp cận với nói với sự cởi mở và chấp nhận, hơn là sợ hãi và từ chối?

Có lẽ sẽ không thoải mái khi phải đối mặt với cái chết bởi vì chúng ta thường nghĩ rằng đó là một trải nghiệm khủng khiếp, đau đớn và buồn chán. Tuy nhiên, nó không phải như vậy. Chết có thể là thời gian để học và tăng trưởng; một thời gian làm sâu sắc tình thương và nhận thức của chúng ta về những gì là quan trọng trong cuộc sống, về lòng tin và sự kiên định của chúng ta đối với Phật pháp và tu tập. Cái chết thậm chí có thể là cơ hội để quán chiếu vào bản chất thực sự của chính chúng ta và các pháp, một tuệ tri sâu sắc sẽ cho giúp chúng ta thoát khỏi mọi đau khổ.

Hãy lấy ví dụ của bà Inta McKimm, Giám đốc một Trung tâm Phật giáo ở Brisbane, nước Úc.

Bà Inta chết vì ung thư phổi vào tháng 8 năm 1997. Hai tháng trước khi qua đời, bà viết thư gửi cho Lama Zopa Rinpoche, vị thầy tâm linh của bà: "Mặc dù tôi sắp lìa đời, đây là thời điểm hạnh phúc nhất trong cuộc đời của tôi!... Cuộc sống lâu dài dường như khó khăn, rất thử thách. Nhưng khi thực sự nhận ra cái chết, nó lại trở thành niềm hạnh phúc lớn nhất. Tôi sẽ không muốn bất cứ ai bỏ lỡ cái chết của chính họ; đây là hạnh phúc lớn lao đến với việc tỉnh giác sự vô thường và cái chết. Điều này khá ngạc nhiên, bất ngờ và cực kỳ an lạc. Đó là hạnh phúc lớn nhất của cả cuộc đời tôi, một cuộc phiêu lưu vĩ đại nhất và một bữa tiệc tuyệt vời nhất! ”

Bà Inta đã dành vài tháng cuối đời để cống hiến hay tạo hành trang tư lương lên đường của mình bằng sự tu tập tâm linh. Vào thời điểm tử thần đến, tâm trí bà yên bình với sự trợ niệm tụng kinh cầu nguyện của gia đình và bạn bè bao quanh. Có nhiều câu chuyện tương tự về các đức Lạt ma, chư tôn thiền đức tăng ni và các hành giả Phật tử đã đối mặt với cái chết với tinh thần tự tại và an lạc, thậm chí có một số trường hợp có vị còn có thể ở nhập định ngay khi chết và sau khi chết. Với công phu tu tập và sự chuẩn bị thích hợp, một cái chết bình an và hướng thượng có thể đến với mỗi chúng ta.

Điều quan trọng là quán chiếu những tư tưởng, cảm xúc và thái độ của chúng ta khi liên quan đến cái chết và sự chết, để xem liệu có thực tế và tích cực hay không? Chúng ta cảm thấy như thế nào khi đọc hoặc nghe tin tức về thảm họa mà nhiều người đã bị giết bất ngờ và đáng thương? Chúng ta cảm thấy thế nào khi nghe một trong những thành viên trong gia đình hoặc bạn bè của mình đã chết hoặc nghe chẩn đoán bị ung thư? Cảm giác thế nào khi chúng ta nhìn thấy một chiếc xe tang hoặc lái xe qua một nghĩa trang buồn? Chúng ta sẽ nghĩ về cái chết như thế nào? Và chúng ta có tin vào bất cứ điều gì ngoài cuộc đời này, ở phía bên kia của cái chết?

Có hai thái độ tiêu cực thỉnh thoảng xảy ra khi đối diện với cái chết. Một là sợ hãi khi ai đó nghĩ rằng chết là một trải nghiệm kinh khủng, đau đớn, hoặc nó có nghĩa là một sự hủy diệt hoàn toàn. Nỗi sợ hãi này dẫn đến sự phủ nhận và muốn tránh suy nghĩ hoặc đề cập về cái chết. Đây có phải là một ý tưởng tốt hay không? Quán chiếu thực tế rằng chúng ta sẽ phải trải qua cảm giác sợ hãi đó trong một ngày nào đó? Không phải sẽ tốt hơn nếu chấp nhận thực tế của cái chết và sau đó học cách vượt qua nỗi sợ của chúng ta và chuẩn bị tâm lý khi cái chết xảy ra?

Một thái độ tiêu cực khác là bất cẩn và thờ ơ khi nói, "Tôi không có bất kỳ nỗi sợ chết nào. Tôi biết tôi sẽ phải chết một ngày nhưng sẽ ổn thôi, tôi có thể xử lý nó." Tôi đã có thái độ này khi còn trẻ, nhưng một ngày trải qua một trận động đất và trong một khoảnh khắc nghĩ rằng tôi sẽ chết, và sau đó tôi phát hiện ra rằng tôi đã sai - trên thực tế, tôi đã sợ hãi cái chết và hoàn toàn chưa chuẩn bị cho nó! Trong cuốn sách Tử Thư Tây Tạng (tr.8), Sogyal Rinpoche trích dẫn lời của một Đạo sư Tây Tạng nói: "Mọi người thường phạm sai lầm là có vẻ lơ là về cái chết khi nghĩ, 'Ôi chà, cái chết sẽ xảy đến với tất cả mọi người. Nó không phải là một vấn đề lớn, nó là tự nhiên. Tôi sẽ ổn thôi.' Đó là một lý thuyết hay cho đến khi thực tế người ấy chết.

Nếu ai có một trong hai thái độ này, có thể là một ý tưởng hay để nghiên cứu thêm về cái chết là gì. Có nhiều thông tin về cái chết và cách giúp giảm nỗi sợ chết (bởi vì chúng ta có xu hướng sợ những gì mà chúng ta không biết hoặc hiểu), và sẽ giúp những người có thái độ thờ ơ nên quan tâm nghiêm túc hơn và nhận ra tầm quan trọng để chuẩn bị cho bản thân đối diện với cái chết.

Tập sách này chỉ giới thiệu ngắn gọn về chủ đề chết, cách giúp người khác chết và các sách có liên quan chủ đề.

Trước hết, chúng ta hãy tìm hiểu ý nghĩa chết theo quan điểm Phật giáo.

CHƯƠNG 1

CHẾT THEO QUAN ĐIỂM PHẬT GIÁO

1.Chết Là Một Điều Tự Nhiên Không Thể Tránh Trong Đời

Có người thỉnh thoảng nghĩ chết như là một hình phạt cho những điều xấu mà họ đã làm, hoặc là một thất bại hay sai lầm, nhưng thật ra nó không phải như vậy. Đây chỉ là một phần tự nhiên xảy ra trong đời sống như mặt trời mọc và lặn; các mùa đến và đi; hoa đẹp và héo tàn; con người và những sinh mệnh khác được sinh ra, sống một thời gian và rồi sẽ chết.

Một trong những học thuyết quan trọng mà Đức Phật đã giải thích và hướng dẫn cho chúng ta quán chiếu là chân lý của sự vô thường: mọi thứ đều phải thay đổi và hoại diệt. Có hai khía cạnh của vô thường: tổng quan và tinh tế. *Sự vô thường tổng quan* là đề cập đến thực tại các pháp được tạo ra - bao gồm con người và các sinh vật khác, tất cả các hiện tượng trong tự nhiên và mọi thứ do nhân tạo sẽ không bao giờ tồn tại mãi mãi, mà chỉ hiện hữu ở một thời điểm nào đó thôi, như chính Đức Phật đã nói:

Cái gì được sinh ra, cái đó sẽ hoại diệt

Cái gì được tụ lại, cái đó sẽ tan rả

Cái gì được tích lũy, cái đó sẽ cạn kiệt

Cái gì được xây dựng, cái đó sẽ sụp đổ.

Cái gì được đưa lên, cái đó sẽ sụp xuống.

Và:

Sự hiện hữu của chúng ta thoáng qua như những đám mây mùa thu.

Quán chiếu sự sanh và chết của chúng ta giống như sự chuyển động của một điệu nhảy.

Đời giống như tia chớp trên trời, vừa sáng liền tắt, giống như thác nước đổ nhanh xuống triền dốc núi.

Sự vô thường tinh tế là đề cập đến những chuyển biến âm thầm từng sát na trong tất cả các pháp hữu tình và vô tình. Đức Phật dạy rằng các pháp không còn giữ nguyên thể giống nhau từ sát na này sang sát na khác mà chúng thay đổi liên tục. Điều này được nhà vật lý hiện đại Gary Zukav xác nhận trong tác phẩm *Các Bậc Thầy Vật Lý Nhảy Múa* (The Dancing Wu Li Masters) như sau:

"Mỗi sự tương tác giữa các phân tử (dạng nhỏ vi tế của nguyên tử) bao gồm sự hủy hoại của các phân tử cũ và sự hình thành của các phân tử mới. Thế giới phân tử như một điệu nhảy liên tục của sanh-diệt, của trạng thái từ khối lượng thay đổi thành năng lượng và ngược lại từ năng lượng chuyển hóa thành khối lượng. Sự chuyển đổi đã cho thấy trạng thái hiện tượng và bản chất của sự hiện hữu, tạo ra một thật tại của phân tử mới tiếp tục được tạo ra không bao giờ dứt." [1]

Đức Phật đã khéo léo giảng về trạng thái không thể tránh khỏi cái chết cho một trong những đệ tử của ngài là cô

---

[1] Gary Zukav, The Dancing Wu Li Masters (NY: Bantam, 1980), p.197.

Kisa Gotami. Cô Kisa Gotami đã kết hôn và hạ sanh một đứa con trai kháu khỉnh. Khi được một tuổi, bé bị bệnh và chết. Không chịu nỗi sự đau khổ và không chấp nhận cái chết của đứa con, cô Kisa Gotami ôm chặt con và hối hả chạy tìm người có thể cứu con trai của cô sống lại. Cuối cùng cô gặp Đức Phật và cầu xin Ngài giúp đỡ cô. Đức Phật đồng ý với một yêu cầu là cô phải mang đến cho Ngài bốn hoặc năm hạt mù tạt (hạt cải) từ một ngôi nhà mà chưa từng có ai chết.

Cô Kisa Gotami đi từ nhà này sang nhà khác trong làng và mặc dù tất cả mọi người sẵn sàng cho cô ấy một ít hạt mù tạt, nhưng cô không thể tìm thấy một ngôi nhà nào mà chưa có người chết. Dần dần cô nhận ra rằng ai cũng phải chết, nên cô quay lại với Đức Phật, chôn cất con mình và xin quy y, trở thành một trong những người theo Ngài. Dưới sự hướng dẫn trí tuệ của Đức Phật, cô đã đạt được Niết Bàn, hoàn toàn giải thoát khỏi vòng sinh tử luân hồi.

Mọi người có thể sợ rằng việc chấp nhận và nghĩ về cái chết sẽ khiến họ trở nên khốn khổ, hoặc làm hỏng sự ham muốn của họ về những thú vui của cuộc đời. Nhưng thật đáng ngạc nhiên, điều này lại trái ngược. Từ chối cái chết sẽ làm cho chúng ta căng thẳng; chấp nhận nó lại mang đến sự an bình trong tâm. Và điều này giúp chúng ta ý thức được những gì thực sự quan trọng trong cuộc sống - ví dụ, lòng tốt, yêu thương, trung thực và vị tha - để chúng ta sẽ đưa năng lượng hướng thượng tích cực vào những điều đó và tránh làm những gì sẽ khiến chúng ta cảm thấy sợ hãi và hối tiếc khi đối mặt với cái chết.

2. Rất Quan Trọng Để Chấp Nhận Và Chuẩn Bị Chết

Trong Kinh Đại Niết Bàn, Đức Phật dạy:

"Trong tất cả mùa cày cấy, cày vào mùa thu là tối thượng.

Trong tất cả dấu chân của loài thú rừng, dấu chân voi là lớn nhất.

Trong tất cả các nhận thức, nhận thức về cái chết và sự vô thường là tối cao."

Nhận thức và quán tưởng về cái chết là cực kỳ quan trọng trong Phật giáo bởi lẽ có hai lý do chính:

Do giác tỉnh cuộc sống là tạm bợ, chúng ta sẽ dùng thời gian của mình một cách sáng suốt, làm việc tích cực, lợi ích, đạo đức, và tránh xa những hành động xấu tiêu cực, phi đạo đức. Kết quả của việc này là chúng ta sẽ có thể chết mà không bị hối tiếc, và sẽ được tái sinh may mắn trong kiếp sống kế tiếp.

Quán tưởng về cái chết sẽ tạo ra cảm giác cần chuẩn bị phút cận tử nghiệp cho bản thân chúng ta. Có nhiều phương pháp khác nhau (ví dụ như tụng kinh cầu nguyện, thiền định, và quán tưởng) sẽ giúp chúng ta vượt qua nỗi sợ hãi, tham luyến và những cảm xúc khác có thể nảy sinh vào thời điểm chết và khiến tâm trí của chúng ta bị quấy rầy, phiền não và thậm chí tiêu cực. Chuẩn bị cho cái chết sẽ giúp chúng ta chết một cách an bình, tự tại với một trạng thái tâm rõ ràng và hướng thượng.

Lợi ích của việc quán tưởng về cái chết có thể được chứng thực bởi kết quả của trải nghiệm cận tử. Kinh nghiệm cận tử xảy ra khi mọi người bắt đầu bước vào trạng thái chết. Ví dụ, trên một bàn mổ hoặc trong một tai nạn xe hơi, nạn nhân bị chết, nhưng sau đó họ sống lại và kể những trải nghiệm mà họ trải qua. Như Sogyal Rinpoche đã chỉ ra trong cuốn sách Tử Thư Tây Tạng (trang 29):

"Có lẽ một trong những điều quan tâm nhất là làm thế nào trải nghiệm cận tử và có thể chuyển hóa cuộc sống của những người đã trải qua nó. Các nhà nghiên cứu đã lưu ý một chuỗi các sự kiện đáng ngạc nhiên về kết quả và sự chuyển đổi: giảm nỗi sợ hãi và chấp nhận sâu sắc hơn về cái chết; gia tăng sự quan tâm giúp đỡ người khác; nâng cao tầm quan trọng của tình thương; bớt theo đuổi thú vui vật chất; phát triển niềm tin tôn giáo và ý nghĩa tinh thần của cuộc sống; và, tất nhiên, sự cởi mở hơn với niềm tin vào thế giới bên kia tức thuyết tái sanh.

3.Chết Không Phải Là Hết Mà Là Cánh Cửa Để Tiếp Nối Một Cuộc Sống Khác

Mỗi người trong chúng ta được tạo thành từ sắc (thân thể) và tâm (tinh thần). Thân thể bao gồm các bộ phận vật lý - da, xương, các căn, v.v... và tâm bao gồm những suy nghĩ, nhận thức, cảm xúc của chúng ta, v.v... Tâm là một dòng trải nghiệm liên tục thay đổi và không có khởi đầu (vô thủy) cũng như không có kết thúc (vô chung). Khi chết, tâm sẽ tách rời cơ thể của chúng ta và đi tiếp để có một kiếp sống mới. Chấp nhận hiểu biết về trạng thái này sẽ rất hữu ích trong việc vượt qua nỗi sợ hãi về cái chết và bớt bám víu tham luyến vào những vật chất thế gian.

Truyền thống Tây Tạng khuyên nên quán tưởng sự tồn tại trong đời này của chúng ta như một lữ khách ở tạm một hoặc hai đêm trong một quán trọ - vị ấy có thể tận hưởng phòng và nhà trọ, nhưng tránh không khởi lòng tham luyến gắn bó bởi vì đó không phải là nơi ở lâu dài và biết chắc rằng mình sẽ tiếp tục đi nữa.

Kiếp sống tương lai chúng ta sẽ sinh ra thế nào và những trải nghiệm ra sao sẽ được quyết định từ cách sống hiện tại của mình. Hành động hướng thượng, lợi ích, đạo đức sẽ dẫn đến một sự tái sinh tốt và những trải nghiệm hạnh phúc, trong khi những hành động xấu tiêu cực, có hại, sẽ dẫn đến một sự tái sinh không may mắn và những trải nghiệm đau khổ.

Một yếu tố khác rất quan trọng trong việc xác định sự tái sinh kế tiếp của chúng ta là cận tử nghiệp. Chúng ta nên quán tưởng cái chết với tâm tự tại, an bình, để đảm bảo một tái sinh tốt. Chết với lòng sân giận, tham luyến hoặc thái độ tiêu cực khác có thể dẫn chúng ta đến sự tái sanh bất hạnh. Đây là lý do tại sao việc chuẩn bị cái chết cho bản thân là rất quan trọng, bởi vì để có một trạng thái tâm tích cực hướng thượng vào thời điểm đó, chúng ta cần bắt đầu ngay bây giờ để học cách giữ cho tâm của mình thoát khỏi thái độ tiêu cực và tự làm quen cái chết với thái độ tích cực, tự tại càng nhiều càng tốt.

4. Không Thể Tránh Khỏi Trạng Thái Chết Và Tái Sanh

Chết và tái sinh là hai trong số các hiện tượng của sự hiện hữu bình thường. Tất cả chúng ta đều bị chi phối bởi sự cầu không được như ý, đau khổ và chu kỳ luân hồi (samsara) tái diễn liên tục. Chúng ta bị kẹt trong vòng luân hồi bởi vì tâm chúng ta còn đầy vọng tưởng, chủ yếu là tham luyến, sân hận, ngu si và các hành vi của chúng ta (nghiệp) bị dẫn dắt bởi các vọng tưởng sai lầm.

Giống như chúng ta, trong quá khứ Đức Phật đã từng bị trói buộc trong vòng luân hồi, nhưng khác với chúng ta là ngài đã biết tìm ra cách để thoát khỏi khổ đau sanh tử và đạt được trạng thái giác ngộ hoàn toàn. Đức Phật đã dấn thân tìm đạo không chỉ vì lợi ích riêng cho Ngài, mà vì lợi ích của tất cả muôn loài trên thế gian, bởi vì ngài nhận ra rằng tất cả chúng sinh đều có tiềm năng giác ngộ và vốn đã là Phật - vốn đã có cái gọi là "tánh Phật hay tri kiến Phật."

Với lòng từ bi vô lượng, Đức Phật thương tất cả chúng sanh không phân chia thân sơ, tận tình dạy chúng ta cách làm có thể thoát khỏi đau khổ và chứng ngộ như ngài. Đó là pháp tức những lời dạy của Ngài, là giáo lý hướng dẫn chúng ta làm thế nào có thể chánh niệm, đạt giác ngộ tối thượng mà không bị vọng tưởng, nghiệp lực, hay các phiền não luân hồi chi phối. Quán niệm về đề tài chết mà Đức Phật dạy là một trong những nguồn pháp năng lượng dồi dào nhất mà chúng ta cần thực hành và từ đó sẽ đạt được kết quả an lạc, thoát khổ đau.

Bây giờ hãy xem tiếp một số cách mà chúng ta có thể bắt đầu tự chuẩn bị cho cái chết.

Chư ni Hương Sen Viếng lễ Tang Giác Linh Hòa thượng Quảng Thanh ngày 15/06/2019.

CHƯƠNG 2

CÁCH CHUẨN BỊ CHẾT

1.Bốn Nghệ Thuật của Sống và Chết

Christine Longaker, một phụ nữ người Mỹ với hơn 20 năm kinh nghiệm làm việc với người chết, đã đưa ra bốn cách giúp chúng ta chuẩn bị cho cái chết, cũng như để sống một cuộc sống viên mãn và đầy ý nghĩa. Bốn nghệ thuật của sống và chết là:

a) Hiểu và chuyển hóa khổ đau: về cơ bản, điều này có nghĩa là sẽ chấp nhận các thử thách, khó khăn và trải nghiệm đau đớn bởi lẽ đây là một phần không thể tránh khỏi trong cuộc sống và học cách đối phó với chúng. Nếu có thể học cách đối phó với những đau khổ nhỏ hơn mà chúng ta đã trải qua trong cuộc sống thì sẽ có khả năng tốt hơn để đối phó với những đau khổ lớn hơn mà chúng ta sẽ phải đối mặt khi chúng ta chết.

Chúng ta có thể tự hỏi mình: Tôi sẽ đối phó thế nào khi gặp những khó khăn về thể chất hay tinh thần, xảy ra với tôi? Có phải cách của tôi có phản ứng lành mạnh và tốt đẹp không hay làm sao để cải thiện? Tôi có thể học cách nào để đối phó tốt hơn với các vấn đề này?

Truyền thống Tây Tạng đề nghị một số pháp tu bao gồm kiên nhẫn, quán niệm về nghiệp, từ bi, và cho-nhận ("tonglen" —xem phần phụ lục 1). Nhiều giải thích chi tiết về pháp tu này có thể được tìm thấy trong cuốn *Chuyển*

Hóa Phiền Não Thành An Vui do Lama Zopa Rinpoche biên soạn (Nhà Xuất Bản Wisdom [Trí tuệ], Boston, 1993).

b) Tạo kết nối, chữa lành các mối quan hệ và buông xả: Cách này đề cập mối quan hệ của chúng ta với những người khác, đặc biệt là gia đình và bạn bè. Điểm chính ở đây là học cách giao tiếp một cách trung thực, thương yêu, độ lượng, và dùng những đức tánh này để giải quyết bất kỳ khó khăn tồn đọng nào mà chúng ta có thể có với những người khác.

Hãy quán niệm mối quan hệ của chúng ta với gia đình, bạn bè, đồng nghiệp, v.v. Còn có bất kỳ vấn đề nào chưa được giải quyết không? Làm thế nào chúng ta có thể bắt đầu để giải quyết những vấn đề này?

Gợi ý: Xem Quán niệm về Tha thứ (xem Phụ Lục 2 ở cuối sách này) để giải quyết vấn đề.

c) Chuẩn bị tinh thần cho cái chết: Christine viết:

"Mọi truyền thống tôn giáo đều nhấn mạnh về chăm sóc tinh thần chuẩn bị cho cái chết, nhưng điều quan trọng chúng ta cần thực hành ngay bây giờ một sự tu tập tâm linh hằng ngày, ăn sâu trong tạng thức để nó trở thành một phần của thịt xương của chúng ta, để luôn giác tỉnh khi sáu căn tiếp xúc sáu trần, kể cả khi đối mặt với những khổ đau."[2]

Dưới đây có trình bày một số các phương pháp thực hành tâm linh trong truyền thống Phật giáo như sau:

---

[2] Christine Longaker, Facing Death and Finding Hope (London: Century, and NY: Doubleday, 1997), p.113.

Quán sát: cố gắng tưởng tượng chính mình đang ở vào thời điểm chết - những suy nghĩ và cảm xúc nào sẽ xuất hiện trong tâm trí lúc bấy giờ (cận tử nghiệp)? Có bất kỳ ý tưởng hay thực hành tâm linh nào mà chúng ta đã học hoặc có kinh nghiệm nào sẽ mang đến sự chánh niệm và tự tại cho chúng ta vào thời điểm đó không?

• **d) Khiến đời sống có ý nghĩa**: Nhiều người trong chúng ta trải qua cuộc sống mà không có một ý tưởng rõ ràng về mục đích và ý nghĩa của sự tồn tại của mình là gì. Sự thiếu hiểu biết này có thể trở thành một vấn đề khi chúng ta già đi và gần chết hơn, bởi vì chúng ta trở nên ít có khả năng tự lực và khả năng lệ thuộc vào người khác nhiều hơn. Vì vậy, thật quan trọng để tìm những đáp án cho những câu hỏi như: "Mục đích sống của tôi là gì? Tại sao tôi ở đây? Điều gì là quan trọng và không quan trọng?

Bốn cách này được giải thích đầy đủ trong cuốn sách: "*Đối mặt với cái Chết và Theo Đuổi Hy vọn*g" của Christine Longaker (NY: Doubleday, và London: Century, 1997) trang 37- 157.

2. Sống Đạo Đức

Trải nghiệm đau đớn hay sợ hãi đã xảy ra vào thời điểm chết và sau khi chết là do kết quả của hành động hoặc nghiệp báo xấu. Để ngăn chặn những trạng thái xấu như vậy, chúng ta cần phải chuyển hóa những hành động tiêu cực thành tích cực hướng thượng nhất có thể. Ví dụ, chúng ta có thể cố hết sức để tránh mười điều bất thiện (sát sanh, trộm cắp, tà dâm, nói dối, vu khống, tán gẫu, tham lam và tà kiến...) và thực hành mười điều thiện (không sát sanh, không trộm cắp, v.v... và ngược lại với mười điều ác). Thêm vào đó, hằng ngày phát nguyện trì giới luật và giữ trai tịnh cũng rất tốt.

Một khía cạnh khác của đạo đức Phật giáo là chánh niệm hộ trì tâm để giảm thiểu những nguyên nhân sanh khởi các ác hạnh: vọng tưởng hay phiền não, chẳng hạn như tham, sân, kiêu mạn, v.v... Và thường quán niệm về cái chết cũng là một trong những phương thuốc giải độc hiệu quả nhất cho các vọng tưởng.

Để minh họa cho điều này, xin kể một câu chuyện như sau: có một người phụ nữ mắng đứa trai cô trước khi cậu bé cùng chồng của cô đi câu cá. Sau đó, thật bất hạnh con trai đã bị chết trên chuyến đi đó. Chúng ta có thể làm dịu cơn đau mà người mẹ phải chịu đựng - không chỉ cô ấy mất con trai, mà những lời cuối cùng mà cô ấy nói với con mình là những điều tức giận la mắng.

Không có cách để biết khi nào cái chết sẽ xảy ra cho chính chúng ta hay người khác. Mỗi lần chúng ta chia tay với ai đó, ngay cả trong một thời gian ngắn, cũng không có sự chắc chắn rằng chúng ta sẽ gặp lại họ nữa. Nhận ra điều này có thể giúp chúng ta tránh được những cảm xúc tiêu cực và giúp giải quyết càng nhanh càng tốt những xung đột bất đồng với những người khác. Điều đó sẽ đảm bảo rằng chúng ta không chết với những gánh nặng đó trong tâm trí của chúng ta, hoặc chúng ta sẽ không sống trong hối tiếc khi chưa có cơ hội xin lỗi với người chết.

Ngoài ra, khi tiếp cận gần cái chết, tốt nhất chúng ta nên bắt đầu chia tài sản của chúng ta hoặc ít nhất là có một di chúc để lại. Làm như vậy vào lúc chết sẽ giúp giảm bớt tham luyến và lo lắng ("Điều gì sẽ xảy ra cho tất cả tài sản của tôi?" "Ai sẽ lấy cái gì?")

Học những giáo lý tâm linh như những lời dạy của Đức Phật sẽ giúp chúng ta vượt qua những vọng tưởng và ác hạnh, và sẽ giúp chúng ta trở nên trí tuệ và từ bi hơn. Hơn nữa, càng hiểu về thực tại hay sự thật - bản chất của nhân thế, vũ trụ, nghiệp lực, khả năng phát triển tâm linh của chúng ta và làm thế nào để tăng trưởng các chức năng này, v.v... thì sẽ khiến chúng ta ít sợ chết hơn.

3.Tu Tập

Khi cận tử nghiệp đến, chúng ta có thể thấy mình đang trải qua sự khó chịu và đau đớn về thể chất. Thêm vào đó, chúng ta cũng có thể trải qua những suy nghĩ và cảm xúc quấy rầy, chẳng hạn như hối tiếc về quá khứ, lo sợ về tương lai, nỗi buồn về xa lìa người thân và tài sản của chúng ta, và sân giận về những vận mệnh đang xảy ra với chúng ta. Như đã đề cập ở trên, điều rất quan trọng để giữ tâm của chúng ta thoát khỏi những vọng tưởng như vậy, và thay vào đó, nên có suy nghĩ hướng thiện vào thời điểm cận tử nghiệp. Những tư tưởng thiện như:

i) Quán niệm một đối tượng đáng kính của chúng ta như Đức Phật hay Đức Chúa Trời.

ii) Bình tĩnh chấp nhận cái chết đến với chúng ta và những vấn đề liên quan đến cái chết.

iii) Không tham luyến vào những người thân và tài sản của chúng ta.

iv) Vui với cuộc sống mà mình đã sống và nhớ những điều tốt đẹp mà chúng ta đã làm.

v) Cảm thấy thông cảm và yêu thương những người khác.

Để có thể khơi dậy những tư tưởng hướng thượng vào lúc cận tử nghiệp, chúng ta cần phải quen dần với những quán niệm như trên. Để quen thuộc với trạng thái tích cực của tâm phụ thuộc vào việc đặt thời gian và nỗ lực vào sự thực hành tu tập tâm linh khi chúng ta còn sống thì thời điểm tốt nhất để bắt đầu là bây giờ, vì chúng ta không có cách nào để biết khi nào cái chết sẽ đến với mình.

Phật giáo đề nghị một số phương pháp cần tu tập như:

a) Quy Y

Trong Phật giáo, quy y là sự tin tưởng và nương tựa vào Tam Bảo (ba điều quý báu: Phật, Pháp và Tăng), với tấm lòng chân thành tu học và thực hành những lời dạy của Đức Phật. Quy y là có một chỗ nương tựa về tinh thần ngay cả được quy y vào lúc cận tử nghiệp cũng là gieo một chủng tử tốt giúp chúng ta có được một sự tái sinh may mắn và tránh một đời sống bất hạnh ở kiếp lai sanh. [3] Tin một bậc đạo sư nào đó hoặc một vị Phật hay Bồ Tát cụ thể như Đức Phật A Di Đà hay Bồ Tát Quan Âm, cũng sẽ có cùng một kết quả và sẽ đem lại niềm an lạc lớn cho tâm vào lúc cận tử nghiệp.

b) Tịnh độ

Tịnh độ là một pháp môn phổ biến trong Phật giáo đại thừa, cầu được tái sinh về cõi an lành, chẳng hạn như Tịnh độ hay Cực lạc (Sukhavati) của Đức Phật A Di Đà.

---

[3] Pabongka Rinpoche, Liberation in the Palm of Your Hand (Boston: Wisdom, 1991), p.422.

Tín-hạnh-nguyện và phát nguyện vãng sanh sẽ được Đức Phật và thánh chúng rước về Cực Lạc để cùng chư Phật và Bồ tát tiếp tục tu tiếp cho đến ngày thành Phật đạo.

Bokar Rinpoche đề cập đến bốn điều kiện cần thiết cần phải được tu tập để được vãng sanh Tịnh độ của Đức Phật A Di Đà:

i) Chúng ta phải nên quen thuộc với hình ảnh của Tịnh Độ và thiền quán về cõi tịnh.

ii) Chán cõi sanh tử mà tha thiết hết lòng cầu nguyện muốn sanh cõi tịnh độ này.

iii)Thanh lọc ác hạnh (tín), tích lũy thiện hạnh (hạnh), và hồi hướng công đức (nguyện) này để được sinh trong cõi Tịnh Độ.

iv) Phát Bồ Đề tâm - mong đạt được giác ngộ (Buddhahood) để có thể cứu tất cả chúng sinh — như là lý do cầu vãng sanh Cực Lạc[4]

c) Chánh niệm

Chánh niệm là pháp thiền quán các đối tượng liên quan đến thân và tâm, dù vui hay giận, chúng ta đều tỉnh giác quan sát với tâm buông xả, khinh an, không dính mắc tham luyến. Tập quen với pháp quán này sẽ giúp chúng ta có khả năng đối phó với đau đớn và khó chịu, giữ cho tâm thoát khỏi những cảm xúc phiền não và duy trì an bình tự tại trong khi chết. Cuối tác phẩm này có giới thiệu một số sách nói về chánh niệm và thiền định.

---

[4] Bokar Rinpoche. Death and the Art of Dying in Tibetan Buddhism. San Francisco: ClearPoint Press, 1993; tr.52-53.

d) Từ bi

Pháp quán này liên quan đến tình thương yêu, quan tâm và tử tế đối với tất cả chúng sinh khác. Khi đối mặt với những khó khăn hay đau khổ, chính sự tham luyến "cái Ta" làm tăng thêm nỗi đau khổ của cá nhân mình và làm giảm quan tâm đến nhiều người. Tập quan tâm đến người khác để bớt sự đau khổ của chính mình. Vào thời điểm chết, quán tưởng đến những chúng sinh khác và cầu cho họ được hạnh phúc, thoát khỏi đau khổ thì chính điều này sẽ mang lại sự bình an tuyệt vời cho tâm chúng ta. Đức Lạt Ma Zopa Rinpoche nói rằng đây là những suy nghĩ và cảm giác tốt nhất mà chúng ta có thể có trong tâm mình trước và trong khi chết. Chúng không chỉ giúp chúng ta có cái chết bình yên hơn, mà còn làm sạch những tâm xấu tiêu cực và tích luỹ tiềm năng thiện hoặc công đức, để đảm bảo một sự tái sinh tốt đẹp trong kiếp sau.

Có thể tìm thấy thêm thông tin trong cuốn "*Từ Bi - Nghệ Thuật Cải Đổi Hạnh Phúc*" (Loving Kindness—The Revolutionary Art of Happiness) của Sharon Salzburg ở phần tham khảo cuối cuốn sách này.

4.Trở nên Quen thuộc với các Giai đoạn của Quy trình Chết.

Tám Giai Đoạn

Một lý do khiến nhiều người có xu hướng sợ chết là vì họ không biết điều gì sẽ xảy ra với họ. Truyền thống Phật giáo Tây Tạng có giải thích rõ ràng và chi tiết về quá trình chết bao gồm tám giai đoạn. Các giai đoạn này tương ứng với sự tan rã dần dần của các đại như: đất, nước, lửa và không khí. Khi trải qua tám giai đoạn, có nhiều dấu hiệu bên trong và bên ngoài xuất hiện.

Bốn đại tan rả trong *bốn giai đoạn đầu tiên* như sau:

i) **Địa Đại tan rả**: Khi sắc uẩn đất trong người phân tán, cơ thể bên ngoài mất hết sức mạnh, trở nên yếu đuối mong manh và nội tâm giao động thấy chập chờn.

ii) **Thủy đại tan rả**: dấu hiệu bên ngoài là chất lỏng trong cơ thể khô cạn (cảm thấy khát nước) và nội tâm của người sắp chết thấy một đám mờ như khói cuộn.

iii) **Hỏa đại tan rả:** Tất cả hơi ấm trong cơ thể bắt đầu mất dần sức nóng và khả năng tiêu hóa của cơ thể suy giảm, và nội tâm thấy có những đốm sáng chập chờn trên một ngọn lửa mở ra như những con đom đóm.

iv) **Phong đại tan rả**: dấu hiệu bên ngoài là không còn bất kỳ chuyển động nào trong não hoặc hệ thống tuần hoàn. Càng lúc càng khó thở và thình lình dừng thở, còn bên trong tâm (nội tâm) thấy một ngọn đuốc hay đèn đỏ rực. Đây là điểm mà xét nghiệm lâm sàng cho là "chết". Các yếu tố vật lý tổng thể đã tan rả và hơi thở đã dừng lại. Tuy nhiên, theo Phật giáo cái chết vẫn chưa hẳn xảy ra vì nội tâm hay ý thức vẫn còn hiện diện trong cơ thể.

Có nhiều cấp độ khác nhau trong sự tan rả ở nội tâm từ thô đến tế và rất tinh tế. Nội tâm bao gồm sáu thức của chúng ta (nhãn thức, nhĩ thức, tỉ thức, thiệt thức, thân thức và ý thức) và tám mươi bản năng. Sáu thức tan rả trong bốn giai đoạn đầu tiên của quá trình chết, trong khi tám mươi bản năng biến mất trong *giai đoạn thứ năm*, sau đó thấy một tinh chất màu trắng. Trong *giai đoạn thứ sáu*, màu trắng tan biến và tinh chất màu đỏ xuất hiện. Rồi màu đỏ tan biến và màu đen xuất hiện giống như một bầu trời trống rỗng chìm trong màn đêm dày đặc là *giai đoạn thứ bảy*. Tinh chất trắng, đỏ và đen hòa nhau tạo thành mức độ tinh tế của một trạng thái tâm thức không có tư tưởng.

Cuối cùng, trong *giai đoạn thứ tám*, màu đen tan rã và tâm tinh tế của ánh sáng rõ ràng được hiển lộ như một bầu trời vô nhiễm không mây mù hay được gọi là "tâm với ánh sáng của sự chết." Đây là cấp độ tinh tế, sâu xa và tinh khiết nhất trong tâm trí, hay thức của chúng ta. Thiền sư có kinh nghiệm có thể sử dụng tâm sáng rõ ràng này để nhập định, sẽ chứng ngộ chân lý tuyệt đối và thậm chí đạt được giác ngộ. Đó là lý do tại sao những thiền sư như vậy không sợ chết và thậm chí trông đợi cái chết đến giống như đang đi kỳ nghỉ!

Đây chỉ là sự giải thích ngắn gọn về tám giai đoạn. Có nhiều sách giải thích chi tiết (xin xem phầm tham khảo ở cuối sách), chẳng hạn như Tử Thư Tây Tạng do Robert Thurman chuyển ngữ, trang 23-50. Bản tánh chúng ta thường sợ hãi với những gì chưa biết đến; nếu nay trở nên quen thuộc với các giai đoạn của quá trình chết sẽ giúp giảm bớt nỗi sợ hãi của chúng ta về cái chết. Và nếu chúng ta có thể thực hành thiền quán về quá trình chết và khơi dậy tâm tri kiến thì thậm chí chúng ta có thể đạt được chứng ngộ khi chết như truyền thống Kim Cương Thừa Tây Tạng đã chứng minh.

Đây chỉ giới thiệu vài phương pháp thực hành tâm linh để chúng ta có thể học hỏi và rèn luyện bản thân trong cuộc sống hằng ngày của mình. Điều này sẽ giúp chúng ta chuẩn bị trước cho cái chết. Tuy nhiên, có rất nhiều phương pháp để phù hợp với nhiều căn cơ khác nhau. Khi nói đến việc chọn phương pháp nào phù hợp, chúng ta có thể sử dụng trực giác và trí tuệ của riêng mình để chọn hoặc tham khảo các bậc thầy tâm linh đáng tin cậy mà chúng ta biết.

Bây giờ hãy xem những gì chúng ta có thể làm để giúp những người khác đang sắp chết.

Mùa đông bên hiên chùa

CHƯƠNG 3

CÁCH GIÚP NGƯỜI SẮP CHẾT

Đức Phật dạy giúp một người khác chết bình an và tự tại là một trong những hành động tốt nhất của lòng tốt mà chúng ta có thể thực hiện, bởi lẽ cận tử nghiệp là rất quan trọng để quyết định và ảnh hưởng đến sự tái sinh kế tiếp.

Tuy nhiên, giúp người sắp chết không phải là nhiệm vụ dễ dàng. Khi sắp chết, họ trải qua nhiều sự khó khăn và thay đổi, và điều này tự nhiên sẽ đưa đến sự bối rối cũng như những cảm xúc đau đớn. Họ có nhiều nhu cầu như mong thân thể giảm đau và bớt khó chịu, hỗ trợ trong việc thực hiện các công việc cơ bản nhất như uống nước, ăn cơm, đi vệ sinh, tắm rửa và v.v... Họ có nhu cầu tình cảm như mong được tôn trọng, đối xử tốt, yêu thương, nói chuyện hay lắng nghe; hoặc vào những thời điểm nào đó, được ở một mình và yên lặng. Họ có nhu cầu tâm linh như để hiểu được ý nghĩa cuộc sống, nỗi đau khổ và cái chết của họ; để hy vọng vượt ra ngoài cái chết; để cảm thấy rằng họ sẽ được chăm sóc và hướng dẫn bởi một ai đó hoặc một bậc trí tuệ và mạnh mẽ hơn bản thân họ.

Do đó một trong những kỹ năng quan trọng nhất trong việc giúp đỡ một người sắp chết là cố gắng hiểu nhu cầu của họ là gì và làm những gì chúng ta có thể để chăm sóc họ. Chúng ta có thể làm điều này tốt nhất bằng cách quên đi nhu cầu và mong muốn của mình bất cứ khi nào chúng ta đến thăm họ và quyết định đơn giản là ở đó là vì họ, sẵn sàng làm bất cứ điều gì phải làm, bất cứ điều gì có thể để giúp họ dễ chịu, yên ổn và an bình hơn.

Có rất nhiều sách hướng dẫn về cách chăm sóc và đáp ứng nhu cầu tinh cảm và thân thể của người sắp chết rất hay (phần tham khảo cuối sách). Ở đây chúng ta sẽ tập trung vào các nhu cầu tâm linh và cách đáp ứng những nhu cầu này.

1. Làm Chủ Cảm Xúc Của Mình

Như đã đề cập ở trên, khi cận tử nghiệp đến, đôi khi người sắp chết sẽ trải qua những cảm xúc đáng sợ như sợ hãi, hối tiếc, buồn bã, bám víu chấp thủ lấy người thân và tài sản của cuộc đời này, và thậm chí rất tức giận (vì không muốn chết mà phải chết). Họ có thể gặp khó khăn trong việc đối phó với những cảm xúc này, và có thể thấy bị choáng ngợp, như thể chết đuối trầm cảm khởi lên trong tâm họ. Cái hữu ích cho họ trong những lúc khó khăn này là ngồi với họ, kiên nhẫn lắng nghe họ nói và ban bố những lời an ủi để ổn định tâm họ.

Nhưng để có thể làm điều này một cách hiệu quả, chúng ta cần phải biết cách đối phó với những cảm xúc của chính mình. Ngay giây phút hiện diện cái chết có lẽ sẽ mang đến những cảm xúc đáng lo ngại tương tự trong đầu chúng ta như trong tâm trí của người sắp chết — sợ hãi, buồn bã, tham luyến, bất lực, và vân vân. Một số cảm xúc mà chúng ta chưa từng trải qua trước đây, và chúng ta có thể cảm thấy ngạc nhiên và thậm chí bối rối khi chúng xuất hiện trong đầu. Vì vậy, chúng ta cần phải biết cách đối phó với chúng trong chính chúng ta trước khi chúng ta thực sự có thể giúp người khác đối phó với chúng.

Một trong những phương pháp tốt nhất để đối phó với các cảm xúc là thiền chánh niệm (xem ở trên). Một cách khác là quán niệm về vô thường: thực tế là bản thân chúng ta, những người khác, thân và tâm của chúng ta, và vạn pháp trong thế giới xung quanh chúng ta, đang thay đổi liên tục, không bao giờ giống nhau từ sát na này sang sát na kế tiếp. Nhận thức và chấp nhận sự vô thường là một trong những thuốc giải độc mạnh nhất để trừ bịnh tham luyến, cũng như sợ hãi, thường là một cảm giác đối kháng với sự thay đổi. Ngoài ra, niềm tin bất động trong ba ngôi tam bảo (Phật, pháp và tăng) là cực kỳ hữu ích trong việc cung cấp sức mạnh và lòng can đảm mà chúng ta cần phải đối mặt và đối phó với những cảm xúc phiền não hỗn loạn.

Nếu người sắp chết là thành viên trong gia đình hoặc bạn bè, chúng ta sẽ có nhiều thách thức hơn về việc phải đối phó với những tham luyến và mong đợi của chúng ta trong việc liên hệ với người chết. Mặc dù rất khó, nhưng điều tốt nhất chúng ta có thể làm là học cách buông chấp ngã "cái ta". Bám lấy ngã là không thực tế, và sẽ chỉ gây ra nhiều đau khổ hơn cho cả chúng ta và người chết. Một lần nữa, quán niệm vô thường là phương thuốc hiệu quả nhất để trị bịnh tham luyến.

2.Hy Vọng Và Tha Thứ

Sogyal Rinpoche, trong cuốn Tử Thư Tây Tạng (trang 212-213), nói rằng hai điều rất quan trọng trong việc giúp một người sắp chết là ban sự hy vọng và tha thứ. Khi chết, nhiều người có cảm giác tội lỗi, hối tiếc, trầm cảm hoặc tuyệt vọng. Chúng ta có thể giúp người chết bằng cách cho phép họ thể hiện cảm xúc của họ, và bằng cách nghe một cách kiên nhẫn thương xót, không phán xét, khuyến khích người chết nhớ những điều tốt đẹp họ đã làm khi còn sống, và tán dương cách sống mà người chết đã trải qua. Tập trung vào những thành công và đức hạnh của người chết, tránh nói về những thất bại và hành vi sai trái của người chết. Nếu được, hãy nhắc nhở rằng bản chất thật của mọi người ngay cả người chết vốn là thiện lành và thanh tịnh (trong Phật giáo gọi đây là "bản lai thiện") và những lỗi lầm và sai trái của người chết là tạm thời và có thể tan biến nếu thành tâm sám hối chừa bỏ, giống như bụi bẩn trên cửa sổ, nếu chùi sẽ sạch.

Một số người có thể lo ngại rằng họ làm quá nhiều tội đến mức khó thể tha thứ được. Nếu họ tin vào Chúa hay Phật, mong Chúa và Phật là những nguồn suối tình thương vị tha, bình đẳng vô tận, vô điều kiện, sẽ chứng minh sự sám hối và tha thứ những tội lỗi lỡ phạm của họ. Nếu những người đó chưa có niềm tin giống như vậy thì điều họ cần là họ hãy tha thứ cho bản thân họ, để lòng nhẹ nhàng thanh thản. Chúng ta có thể giúp họ làm điều này bằng cách khuyến khích họ chân thành sám hối cho những sai lầm và quán tưởng sẽ được tha thứ. Đó là tất cả những gì họ cần làm. Khuyên họ rằng bất kỳ hành động nào đã được thực hiện trong quá khứ đều đã qua và không thể thay đổi được, vì vậy tốt nhất là buông thả chúng xuống. Tuy nhiên, chúng ta có thể thay đổi từ thời điểm này trở đi, nếu người đó thực sự hối hận về những sai lầm của mình và mong muốn biến đổi bản thân mình, không có lý do gì mà vị ấy không thể tìm thấy sự tha thứ. Nếu có những người đã hại người khác và hiện nay vẫn còn sống, hãy khuyến khích họ phát lồ sám hối và sẽ được sự tha thứ.

Tất cả các tôn giáo đều nhấn mạnh sức mạnh của sự tha thứ, và điều lợi lạc này rất cần cho ai đó sắp chết. Qua sự tha thứ và được tha thứ, chúng ta sẽ cảm thấy nhẹ nhàng, được thanh lọc bóng tối tội lỗi mà chính mình đã lỡ phạm và chuẩn bị hoàn thiện hơn cho cuộc hành trình xuyên qua cái chết.

3.Cách Giúp Người Phật Tử sắp chết

Nếu người sắp chết là Phật tử, hãy đặt câu hỏi để tìm hiểu về trình độ Phật pháp của họ, và những câu trả lời của họ sẽ cho chúng ta một ý tưởng tốt hơn phải làm gì thích hợp về mặt tinh thần để giúp họ. Ví dụ, nếu người đó có lòng tin mạnh mẽ và thường nguyện Bồ Tát Quan Âm (Tây Tạng: Chenrezig, tiếng Anh: Avalokitesvara) thì chúng ta nên khuyến khích họ kiên trì tin tưởng và tha thiết nguyện Bồ tát Quan Âm càng nhiều càng tốt. Hoặc nếu người đó là một thiền sinh Tứ niệm xứ thì nên khuyến khích họ toạ thiền chánh niệm nhiều nhất có thể. Tóm lại, bất kỳ giáo lý và pháp môn nào họ quen thuộc và tin tưởng, hãy sách tấn họ tiếp tục giữ vững và làm bất cứ điều gì có thể để khiến cho họ có lòng tin bất động và an vui khi tu tập. Nếu họ gặp khó khăn khi công phu, vì khó chịu, mệt mỏi hay rối loạn thì chúng ta hãy cùng tập luyện với họ để chia sẻ kinh nghiệm.

Nếu có thể, hãy đặt hình ảnh của Đức Phật Thích Ca, Bồ Tát Quan Âm, Đức Phật A Di Đà, và v.v... trong tầm mắt của người sắp chết. Nếu vị ấy đã kính thờ bậc đạo sư tinh thần nào, chúng ta có thể đặt hình ảnh của bậc tôn sư đó là tốt nhất. Cũng rất hữu ích khi tụng danh hiệu của chư Phật cho người chết nghe, bởi vì Đức Phật đã phát nguyện sẽ đưa tay giúp chúng sanh lên cõi tịnh độ, tránh tái sinh ở những nơi đau khổ.

Nên tụng kinh về vô thường và những pháp ấn khác, nhưng chỉ tổ chức khi họ cảm thấy vui nghe, chứ không nên gán ép. Cũng vậy, cẩn thận dò xem, đừng tạo ra điều gì khiến họ bị phiền não hoặc khó chịu (ví dụ, nếu chủ đề khó hiểu hoặc mới và không quen thuộc). Hãy nhớ rằng điều quan trọng nhất là giúp người sắp chết có một trạng thái khinh an và hướng thượng vào lúc trước và trong khi họ chết.

Nếu người sắp chết không biết cách thiền hay cầu nguyện, trong trường hợp đó, chúng ta có thể thiền hay tụng kinh cầu nguyện với sự hiện diện của người sắp chết và hồi hướng công đức này để họ bình yên tâm hồn vào lúc cận tử nghiệp và có một tái sinh tốt. Chúng ta cũng có thể hướng dẫn người chết cách cầu nguyện theo đạo Phật, cầu nguyện ra lời hay tim lặng nhưng xuất phát từ chính trái tim của họ. Ví dụ, họ có thể cầu Đức Phật Thích Ca, Bồ Tát Quan Âm hoặc bất cứ vị Phật nào quen thuộc mà họ nương tựa tâm linh trong suốt thời gian khó khăn vừa qua, để giúp họ tăng trưởng lòng tin, sức mạnh và can đảm để đối phó với nỗi khổ của họ, giữ cho tâm trí yên bình, và hướng tới tái sinh tốt trong đời sau.

Kế tiếp là một pháp thiền đơn giản chúng ta có thể hướng dẫn cho người sắp chết thực hiện: quán tưởng tướng hảo của đức Phật nào mà người sắp chết tôn kính tin tưởng như là hiện thân của tất cả tánh thiện, thanh tịnh, từ bi, lòng tốt, tha thứ, và trí tuệ. Quán hào quang từ thân kim sắc của Đức Phật tỏa khắp thân tâm của người sắp chết, thanh lọc những điều xấu mà họ từng làm hoặc suy nghĩ, và cầu nguyện trong tâm họ chỉ có những tư tưởng thiện, trong sáng và hợp nhất với tâm Phật, hoàn toàn thuần khiết và thánh thiện. Nếu người sắp chết không thể thực hiện pháp thiền quán này (ví dụ như quá yếu hoặc hôn mê) thì chúng ta có thể quán giùm, tưởng tướng hảo của Phật hiện trên đầu người chết, từ bi xoa dịu và rước họ về cảnh giới Cực Lạc.

Ngoài ra, để tránh sự lo lắng và phiền não, hãy khuyến khích người chết đừng bận tâm về những người thân và tài sản của họ - đảm bảo với họ rằng mọi thứ sẽ được thu xếp yên ổn – hãy đặt niềm tin vào Tam Bảo và đừng sợ những gì sẽ xảy ra phía trước. Làm những gì có thể để giúp họ vun bồi những tư tưởng hướng thiện như lòng tin, kiên trì và tình thương để tránh những suy nghĩ bất thiện như giận dữ và tham luyến.

4. Cách Giúp Người Ngoại đạo sắp chết

Nếu người sắp chết thuộc về tôn giáo khác, hãy cố gắng tìm hiểu những gì họ tin tưởng và biết về tôn giáo của họ để nói chuyện một cách phù hợp. Ví dụ, nếu đạo Thiên Chúa, hãy khuyến khích họ có niềm tin mạnh mẽ và cầu được về với Chúa trên thiên đàng, sau khi rời bỏ cuộc sống này. Hãy tôn trọng niềm tin tôn giáo của người sắp mất và nhớ rằng điều quan trọng nhất là giúp người đó có những suy nghĩ tích cực trong tâm, phù hợp với niềm tin và thực hành tôn giáo của họ. Không nên áp đặt tôn giáo của chúng ta lên họ hay cố gắng chuyển đạo họ bởi lẽ như vậy sẽ không tôn trọng họ và mất tư cách mình, cũng như có thể khiến họ trở nên bối rối và bất ổn, hãy để họ tự nguyện.

Nếu người sắp mất không có theo tôn giáo nào thì chúng ta dùng lời bình thường (không có tôn giáo) nói chuyện để giúp họ thoát khỏi những suy nghĩ có hại như sân giận, tham luyến, và phát triển những tư tưởng thiện và an bình. Nếu họ tỏ ra thích thú khi biết chúng ta tin vào điều gì đó (ví dụ đạo Phật), chúng ta có thể chia sẻ với họ nhưng phải cẩn thận khi nói. Sẽ hiệu quả hơn nếu biết người, biết ta, để họ và chúng ta cùng thảo luận lần lượt với nhau. Ví dụ: nếu người sắp chết đó hỏi điều gì xảy ra sau khi chết, thay vì ngay lập tức đưa ra lời giải thích về tái sinh, chúng ta có thể nói điều đó "Tôi không thực sự biết chắc chắn. Bạn nghĩ gì? " Và lấy ý đó của họ để nói chuyện.

Nếu người sắp chết thực sự muốn biết về đạo Phật và cách tu tập thì rất tốt để giải thích điều này với họ. Chúng ta có thể nói về cuộc đời và giáo lý của Đức Phật, Tứ Diệu Đế, vô thường, từ bi và vị tha, và vân vân... Chỉ cần nhạy cảm với phản ứng của người sắp chết— hãy dè dặt để không bị thúc đẩy, nếu không họ có thể sẽ trở nên tiêu cực. Hãy nhớ rằng, điểm mấu chốt là giúp họ giảm suy nghĩ tiêu cực càng nhiều càng tốt và có một trạng thái tâm linh hướng thượng và an bình.

Nếu người sắp chết đó không phải là Phật tử và cảm thấy không thoải mái khi nghe thấy cầu nguyện hay thực hành pháp của Phật thì chúng ta vẫn có thể thực hiện những điều này một cách im lặng mà không cần họ biết. Ví dụ, có thể ngồi bên cạnh họ, thiền quán về tứ vô lượng tâm (từ, bi, hỉ, xả) và gửi năng lượng tràn đầy lòng từ của chúng ta sang họ. Hoặc có thể quán tưởng Đức Phật Thích Ca hoặc Bồ Tát Quan Âm từ bi gia hộ trên đầu người sắp mất, hoặc chúng ta có thể im lặng trì thần chú và cầu nguyện trong khi quán thấy một luồng ánh sáng an lành từ Đức Phật truyền vào người sắp chết, thanh lọc và chuyển hóa tâm người sắp mất khiến họ trở nên bình an và thanh tịnh hơn. Rất có thể người sắp mất đó sẽ cảm nhận được ảnh hưởng của những quán tưởng hay tụng niệm này mặc dù họ không biết rằng họ hay chúng ta đang tu tập điều này thay họ!

5.Thời Gian Chết (Cận Tử Nghiệp)

Chúng ta có thể tiếp tục thực hành thiền, tụng kinh, trì chú, niệm Phật và vân vân ngay khi người đó sắp chết (cận tử nghiệp) và càng lâu càng tốt sau khi họ ngừng thở. Hãy nhớ rằng sự dừng hơi thở không phải là dấu hiệu của sự chết theo Phật giáo. Đó chỉ là *thứ tư trong tám giai đoạn* của quá trình chết, và điểm chết thực sự, khi ý thức rời khỏi thân thể, là sau *giai đoạn thứ tám.*

Mất bao lâu để người đó đến được giai đoạn đó sau khi ngừng thở? Điều đó không chắc chắn – bởi lẽ nó phụ thuộc vào nhiều yếu tố khác nhau như nguyên nhân gây tử vong (ví dụ, nếu người đó bị thương nặng trong tai nạn xe hơi, ý thức có thể rời thân thể sớm hơn trong trường hợp chết già hay chết tự nhiên), và trạng thái tâm lực của một người (một thiền giả có kinh nghiệm sẽ có thể an trú trong giai đoạn thứ tám, trạng thái ánh sáng rõ ràng, nhập thiền lâu hơn một người có ít hoặc chưa có kinh nghiệm thiền định).

Làm sao chúng ta có thể biết khi nào một người đã chết thật sự? Theo truyền thống Tây Tạng, có một số dấu hiệu cho thấy rằng ý thức đã rời khỏi cơ thể: nhiệt nóng của trái tim chấm dứt, mùi hôi bắt đầu phát ra từ cơ thể, và một lượng nhỏ chất lỏng sẽ chảy ra từ lỗ mũi hoặc các cơ quan tình dục. Vì vậy, tốt nhất là để cơ thể yên, không bị xáo động, cho đến khi những dấu hiệu này xảy ra, có thể là vài giờ hoặc thậm chí vài ngày sau khi hơi thở đã chấm dứt. Điều này có thể xảy ra nếu người đó đã chết ở nhà, nhưng khó thực hiện trong bệnh viện vì bệnh viện có các quy tắc về thời gian, một cơ thể có thể được giữ trong phòng hoặc ngăn lạnh bao lâu có thời hạn. Chúng ta có thể yêu cầu nhân viên bệnh viện di chuyển cơ thể người chết đến một căn phòng khác, nơi có thể được để xác lại trong vài giờ nữa để chúng ta có thể niệm Phật và trì thần chú tiếp tục.

Tốt nhất là không chạm vào cơ thể từ lúc hơi thở ngừng lại cho đến khi ý thức rời thân xác. Tuy nhiên, nếu cần chạm vào cơ thể trong thời gian này thì đầu tiên kéo tóc trên đỉnh đầu (hoặc chỉ cần chạm vào đỉnh đầu nếu không có tóc). Điều này sẽ kích thích tâm linh của người chết rời thân từ đỉnh đầu. Đây là điểm xuất phát cho một trạng thái tái sinh đầy may mắn như cõi Cực Lạc. Sau đó, mới có thể chạm vào các phần khác của cơ thể.

Trong truyền thống Phật giáo, chúng ta không nên khóc trước sự hiện diện của người sắp chết hoặc đã ngừng thở. Cũng không tốt khi nói về tài sản của người đó và cách phân phối chúng. Nghe những âm thanh như vậy có thể làm phân tán tâm của họ. Các thành viên trong gia đình và bạn bè có thể đến một phòng khác để khóc hoặc thảo luận các vấn đề thực tế. Trước sự hiện diện của người đã chết, tốt nhất là chỉ có những âm thanh khai thị, tụng kinh, niệm Phật, trì chú và những hướng dẫn tu tập tâm linh khác.

Đức Lạt Ma Zopa Rinpoche đề nghị một số các nghi thức để cầu nguyện cho người đã chết như: Đức Phật Dược Sư, Phật A Di Đà, Thần chú Chenrezig (*Om mani padme hum*), Thở Ra (*Giving Breath to the Wretched*), và King Nguyện (*the King of Prayers*). Nếu ai muốn có những kinh này hay các pháp thực hành khác cho người chết, xin liên lạc email: materials@fpmt.org. Nếu có một Lạt ma hoặc Chư tôn thiền đức tăng ni trong khu vực của chúng ta, những người biết cách thực hành Powa (chuyển giao ý thức), chúng ta có thể mời quý ngài làm điều đó. Nếu không có như vậy, thì cứ tụng kinh cầu nguyện và thực hành phương pháp nào mà chúng ta biết, với lòng chân thành tin tưởng, thì sẽ truyền đạt năng lượng từ trái tim mình sang người chết.

6.Hậu Sự

Sau khi có một người đã qua đời, chúng ta vẫn có thể tiếp tục bố thí, trì giới, tụng kinh (hoặc thỉnh các chùa cầu siêu), cúng dường trai tăng, phóng sanh, hành thiền, v.v... và hồi hướng công đức này cho họ thoát luân hồi khổ đau, có một sự tái sanh tốt hơn, và ngay cả sớm đạt được sự giác ngộ. Những điều này, ai cũng thực hành được dù người đó là Phật tử hay không phải Phật tử.

Sẽ tốt hơn khi sử dụng chính số tiền của người chết đó để tạo ra công đức; ví dụ, cúng dường chùa hay bố thí cho tổ chức từ thiện. Ngoài ra, công đức đóng góp tịnh tài của các thành viên trong gia đình (người thân trực tiếp của người đã chết) đặc biệt mạnh mẽ và hữu ích hơn vì bày tỏ tình thương quan tâm của chúng ta cúng dường thay cho người chết. Làm những việc thiện và hồi hướng công đức cho người đã chết có thể giúp người đó trong bardo (thân trung ấm, trạng thái trung gian giữa cái chết và cuộc sống tiếp theo, có thể kéo dài tới 49 ngày) tốt hơn. Ngay cả, một khi họ đã tái sinh, công đức chúng ta hồi hướng không chỉ giúp họ trong cuộc sống đó, mà còn có thể giúp trong những cuộc tái sinh tiếp theo của họ. Ví dụ, rút ngắn thời gian tái sinh bất hạnh.

Bước lên phía trước

CHƯƠNG 4

KẾT LUẬN

Tôi hy vọng rằng những ý tưởng được trình bày trong tập sách nhỏ này sẽ giúp quý độc giả chấp nhận và bớt sợ hãi hơn về cái chết của chính chúng ta và của người khác. Có rất nhiều tài liệu - từ nhiều truyền thống tôn giáo cổ đại và từ lãnh vực hiện đại như nghành tâm lý học, xã hội học và khoa hồi sức — có thể hướng dẫn cách sống bình an, trong sáng và can đảm khi đối mặt với cái chết. Và khi một người nào đó chúng ta yêu thương trải qua trải nghiệm chết này, chúng ta sẽ là nguồn an ủi, nương tựa và hy vọng cho họ. Mong cuốn sách nhỏ này sẽ truyền cảm hứng cho các bạn đọc để tìm hiểu thêm về chủ đề "Chết". Nguyện cho tất cả chúng sinh thoát khỏi những đau đớn khi chết, thoát luân hồi sanh tử và đạt được sự an lạc tối thượng nhất.

PHỤ LỤC 1

THIỀN QUÁN VỀ QUAN ĐIỂM "CHO & NHẬN" (TONG-LEN) Ở CHÍNH MÌNH

Chúng ta có thể thực hành pháp quán "cho-nhận" này khi đang gặp phải bất kỳ loại vấn đề phức tạp nào - về thể xác, tình cảm, hay các mối quan hệ nơi làm việc. Hãy nhẹ nhàng ngồi xuống, bình tĩnh, tạo ra một sức tập trung cho sự tu tập này. Sau đó, minh sát vấn đề để nó hiện lên trong tâm, khởi nỗi đau khổ hay khó chịu như thế nào, phiền não tan đi sao.... Sau đó, khởi niệm rằng: "Tôi không phải là người duy nhất gặp vấn đề phức tạp như vậy. Có nhiều người khác nữa..." Nghĩ đến những người khác, những người có thể gặp cùng một vấn đề hoặc một phức tạp tương tự, một số thậm chí còn ở mức độ khổ hơn bản thân mình (Ví dụ, hãy nghĩ đến những người đã mất đi rất nhiều người thân yêu trong một cuộc chiến hay nạn đói).

Hãy khởi lên lòng từ và nghĩ rằng: "Thật là tuyệt vời nếu tất cả mọi người đều thoát khổ đau." Sau đó, vì thương những chúng sanh khác, chúng ta sẽ chấp nhận chỉ mình chịu đau khổ để thay cho nỗi khổ của họ. Chúng ta có thể quán điều này với hơi thở: hình dung *hơi thở vào* trong đau khổ là vầng khói đen. Khi đi vào trái tim, nơi mà tự ngã đang ngự trị, dưới hình thức của một điểm tối rắn chắn như đá, khói đen của sự đau khổ sẽ thấm vào tảng đá tự ngã và phá hủy nó...

Sau đó, quán *hơi thở ra* an ổn, thiện lành và công đức, dưới hình thức ánh sáng rực rỡ, tượng trưng bất kỳ điều thiện cần thiết cho chính mình và tất cả những người khác để có thể đối phó với các vấn đề đau khổ và thăng tiến theo con đường dẫn đến giác ngộ.

Tóm lại, hãy hưởng cảm giác an lạc khi chúng ta đã thực hành điều hướng dẫn này và hồi hướng công đức (năng lượng tích cực) của pháp tu này cho tất cả chúng sinh sớm thoát khỏi khổ đau và đạt được hạnh phúc. Đó là ý nghĩa của cho và nhận.

PHỤ LỤC 2
THIỀN QUÁN VỀ SỰ THA THỨ

Khi thực hành thiền, chúng ta tự nhiên trở nên ý thức hơn về những gì đang diễn ra trong tâm của mình, trở nên chánh niệm rõ ràng hơn về những gì chúng ta cảm nhận và hiểu lý do tại sao. Chúng ta cũng bắt đầu khám phá những khác biệt trong cuộc sống và hàn gắn lại các mối quan hệ không tốt và đau đớn của quá khứ. Dần dần, có thể buông xả tha thứ các oán kết và chữa lành các vết tổn thương trong tâm của chúng ta.

Việc thực hành thiền quán hạnh tha thứ là một cách tuyệt vời để chữa lành nỗi đau của những tổn thương cũ, đã ngăn cản trái tim chúng ta không tin tưởng và yêu thương bản thân mình và những người khác. *Tha thứ là chìa khóa để mở lòng, để trải nghiệm từ những bài học đau đớn của quá khứ và để đi vào tương lai không bị cản trở.*

Đầu tiên, phải ngồi yên tĩnh tâm, thư giãn thân thể và chánh niệm nơi hơi thở, để những vọng tưởng, bóng ảnh và cảm xúc hiện lên và tan biến đi - những điều sai lầm cắn rứt gì mà bạn đã làm, nói và suy nghĩ, dù có đau khổ như thế nào đi chăng nữa, hãy tha thứ và bỏ qua.

Từ trái tim, bạn hãy chân thật thầm nhủ với chính mình, "Tôi đã tha thứ cho bản thân mình vì bất cứ điều gì từ thân khẩu ý, cố ý hoặc vô ý, tôi đã lỡ phạm trong quá khứ. Tôi đã chịu đựng nỗi cắn rứt trong thời gian qua! Tôi đã học và trưởng thành và bây giờ tôi đã sẵn sàng để mở rộng trái tim mình. Nguyện cho tôi được an lạc, giải thoát, không phiền não. Nguyện cho tôi hưởng trọn niềm vui của sự hiểu biết thực sự về bản thân mình, những người khác và thế giới xung quanh. Nguyện cho tôi có thể trải nghiệm sự hoàn hảo và trọn vẹn của chính mình và giúp đỡ người khác cũng trải nghiệm giống như vậy."

Bây giờ, trong không gian trước mắt, bạn hãy quán tưởng một người thân yêu mà bạn muốn tha thứ hoặc bất cứ ai mà bạn cần họ tha thứ. Từ thâm tâm (trái tim) bạn đến thâm tâm của họ, hãy truyền đạt trực tiếp những thông điệp vị tha như sau: "Tận lòng, tôi có thể tha thứ cho bạn vì bất cứ điều gì bạn đã lỡ phạm, cố ý hoặc vô ý, bởi thân, khẩu, và ý của bạn đã làm tôi đau. Tôi tha thứ cho bạn và xin bạn cũng tha thứ cho tôi vì bất cứ điều gì từ thân, khẩu, và ý, tôi đã cố ý hoặc vô ý làm bạn buồn – Xin bạn tha thứ cho tôi. Nguyện cho bạn được an lạc, giải thoát, không phiền não. Nguyện cả hai chúng ta mở rộng trái tim và khối óc để đón nhận tình thương và sự hiểu biết, bởi lẽ chúng ta đã có cùng một bản thể.

Xin hãy quán niệm rằng thông điệp tha thứ này đã được tiếp nhận và giải quyết, và khẳng định vết thương giữa bạn và tôi đã được chữa lành và tan chảy trong không gian."

Tiếp theo, hãy nghĩ về vô số người mà bạn đã đóng trái tim mình, không tiếp nhận. Hãy quán cảm giác và ứng xử của bạn khi có người lạm dụng bạn, lỗ mãng, cướp giựt, cản trở, bêu xấu bạn, v.v ... và ngược lại quán đã có bao nhiêu người mà bạn đã tổn thương theo cách nào đó, vô ý hay cố ý, bằng thân, khẩu và ý. Đã bao nhiêu lần bạn đã là kẻ ngược đãi, lỗ mãng, cướp giựt, cản trở, và bêu xấu người khác?

Hãy quán tưởng vô số chúng sinh đang đứng trước mặt bạn. Tận thâm tâm (trái tim) của bạn và họ sẽ khởi lên những niệm vị tha như sau: "Tôi tha thứ cho bạn và xin bạn cũng tha thứ cho tôi vì bất cứ điều gì do vô ý hoặc cố ý, tôi đã khiến tổn thương bạn. Mong bạn, tôi và tất cả chúng ta hãy tạo ra những nhân hạnh phúc cho cuộc sống của chúng ta. Mong tất cả chúng ta đều biết niềm vui của sự hiểu biết thực sự và trải nghiệm mối quan hệ tương tác lẫn nhau. Nguyện chúng ta mở tình cảm và lý trí của mình để gặp nhau và gặp nhau trong sự hòa hợp. "

Quán tưởng như vậy, thường xuyên càng nhiều càng tốt như bạn muốn. Hãy tha thiết và tinh tấn quán niệm, bởi lẽ do thế bạn có thể tránh lỗi lầm và tránh không cắn rứt bản thân nữa. Trong thời điểm hiện tại, hãy để bản thân cảm nhận giá trị của tha thứ và kiên nhẫn chấp nhận những hành động quá khứ của bạn như bạn đã là.

— Trích từ "*Nghệ Thuật Thư Giãn, Tập Trung và Thiền Quán*" (The Fine Arts of Relaxation, Concentration and Meditation)-Joel and Michelle Levey (Wisdom Publications, Boston, 1991).

DANH NGÔN VỀ CHẾT

(Inspiring Quotes)

Lời cuối cùng của Đức Phật Thích Ca Mâu Ni gởi cho các đệ tử: "Này các đệ tử của ta! Cái chết của ta đang đến gần, sự chia tay của chúng ta đang sắp xảy ra, nhưng đừng nên than thở. Cuộc sống luôn thay đổi; không ai có thể thoát khỏi sự tan rả của cơ thể. Điều này ta bây giờ chứng minh bằng cái chết của chính ta, cơ thể ta rơi ra như một chiếc xe đổ nát.

Đừng than thở vô ích mà phải giác tỉnh rằng không có gì là vĩnh viễn và hãy trải nghiệm về tánh trống rỗng của kiếp người. Đừng tham luyến dục lạc cho là thường hoài.... "-

("*Do not vainly lament, but realize that nothing is permanent and learn from it the emptiness of human life. Do not cherish the unworthy desire that the changeable might become unchanging....*" — *Last words to his disciples by Shakyamuni Buddha*)

CHẾT LÀ CHẮC CHẮN (Death Is Certain)

"Không có ai, mặc dù vị ấy thấy những người khác chết xung quanh, tin rằng bản thân mình sẽ chết." - Bhagavad-gita

('*No man, though he sees others dying around him, believes he himself will die.*' — *Bhagavadgita*)

Khi bạn mạnh mẽ và khỏe mạnh, bạn không bao giờ nghĩ đến bệnh tật đến, Nhưng khi bịnh giáng xuống với lực mạnh bất ngờ giống như một cơn sét đánh.

Khi dấn thân vô những lạc thú thế gian, bạn không bao giờ nghĩ đến sự tiếp cận của cái chết, nhanh như sấm, đập tan đầu của bạn. — Milarepa

(*'When you are strong and healthy, You never think of sickness coming, But it descends with sudden force, Like a stroke of lightning.*

When involved in worldly things, You never think of death's approach, Quick it comes like thunder, Crashing round your head.'— Milarepa)

LÀM SAO SỐNG CÓ Ý NGHĨA VÀ HẠNH PHÚC

(How To Die Happilyand Meaningfully)

"Nếu một người chết với ý nghĩ làm lợi lạc người khác, tâm họ sẽ vui vẻ một cách tự nhiên và điều này khiến cho cái chết của họ có ý nghĩa." - Lama Zopa Rinpoche

(*'If a person dies with the thought of benefiting others, their mind is naturally happy and this makes their death meaningful.' — Lama Zopa Rinpoche*)

"Thời gian qua và sẽ không bao giờ trở lại nếu bạn không dấn thân hành thiện, vì vậy mỗi ngày bạn phải tìm cơ hội... Chết là chắc chắn nhưng thời gian chết là chưa xác định - nó có thể đến với chúng ta bất cứ lúc nào, do đó không nên trì hoãn.'- Đức Đạt Lai Lạt Ma thứ XIV

(*'A time will never come when you are free of all activities, so everyday you have to find the opportunity....*

Death is definite but the time of death is inQdefinite—it can strike us at any time, therefore do not procrastinate.' — HH Dalai Lama)

CHẾT ĐỂ SỐNG (Die To Live)

Đức Phật dạy tôn giả A-nan quán thấy sự vô thường và cái chết nơi mỗi hơi thở. Chúng ta phải biết cái chết; chúng ta phải chết để sống. '- Ajahn Chah

('*The Buddha told his disciple Ananda to see impermanence, to see death with every breathe. We must know death; we must die in order to live.' — Ajahn Chah*)

TẠI SAO GIÚP NGƯỜI SẮP CHẾT? (Why Help The Dying?)

"Nhu cầu của một người đang đến gần cái chết, người ấy đang ở thời điểm quan trọng trong cuộc sống, là không thể tin được và họ cần sự hỗ trợ.... Đối với hầu hết mọi người, khi cái chết đang đến gần, họ cảm thấy đó là thời gian thử thách và khó khăn nhất trong đời của họ. Vì thế, đó là lúc họ thực sự cần những nơi nương tựa hoặc hỗ trợ. "- Lama Zopa Rinpoche

("*The needs of a person who is experiencing death, who is at this crucial point in life, are unbelievable, and they need support.... For most people, when death is approaching they find it the hardest and most difficult time in their life. So therefore, this is the time that they really need some refuge or support." — Lama Zopa Rinpoche*)

BẠN CỦA NHỮNG NGƯỜI CHẾT
(To Friends of the Dying)

Này bạn,

Ai đã đến trạng thái này, thưa chị, em, bạn bè.

Người này đang sắp chết.

Cô (anh) ấy đã không chọn để chết như vậy.

Cô ấy đang đau khổ rất nhiều.

Cô ấy không có nhà, không có bạn bè. Rơi xuống từ một vách đá.

Cô đang bước vào một khu rừng kỳ lạ.

Cưỡi gió, lướt đại dương.

Cô cảm thấy mặt đất cứng chắc không có hiện diện.

Cô ấy đang dấn thân vào một trận chiến tuyệt vời.

Di chuyển từ trạng thái này sang trạng thái khác,

Cô cảm thấy lẻ loi và bất lực.

Hãy ôm cô ấy bằng tất cả tình thương của bạn.

(Tử Thư Tây Tạng, Phần Niệm Lớn, chuyển ngữ: Jean-Claude van Itallie).

Oh you,

Who have come to this place, Sisters and brothers, friends, This person is dying.

She (he) has not chosen to do so. She is suffering greatly.

She has no home, no friends. Falling as from a cliff,

She is entering a strange forest.

Driven by the winds, swept by the ocean,

She feels no solid ground.

She is embarking on a great battle. Moved from state to state,

She is alone and helpless. Embrace her with your love.

— extracted from The Tibetan Book of the Dead for Reading Aloud, adapted by Jean-Claude van Itallie).

GIÚP THẾ NÀO (How To Help)

"Điều quan trọng là chăm sóc tâm linh của người sắp chết. Có người thích chăm sóc thân thể, còn chúng ta thích chăm sóc tinh thần. '- Lama Zopa Rinpoche

(*'The main thing is to take care of the dying person's mind. Many others can take care of the body, but we can take care of the mind.' — Lama Zopa Rinpoche*)

"Thân thể có ngôn ngữ riêng của tình thương, sử dụng nó với tâm vô úy, và bạn sẽ cảm thấy bạn an ủi người chết và khiến họ dễ chịu." - Sogyal Rinpoche

(*'The body has its own language of love, use it fearlessly, and you will find you bring to the dying comfort and consolation.' — Sogyal Rinpoche*)

"Khi làm công tác lợi ích xã hội và ngay từ đầu những gì bạn có trong trái tim là phục vụ người khác, bởi lẽ những người khác là quan trọng nhất, thì tất nhiên bạn sẽ thích công việc này từ trái tim thuần khiết." - Lama Zopa Rinpoche

(*'When you do social service, and from the very beginning what you have in your heart is to offer service to others, because others are most important, then of course you enjoy the work because of the pure heart.' — Lama Zopa Rinpoche*)

"Lòng từ bi là gì? Nó không chỉ đơn giản là cảm giác thông cảm hay quan tâm đến người đau khổ, không đơn giản là sự ấm áp của trái tim đối với người trước mặt bạn, hay sự nhận thức rõ ràng hay nhận ra những nhu cầu và nỗi đau của họ, nó cũng là một quyết định bền vững và thiết thực, sẽ làm bất cứ điều gì có thể và cần thiết để giúp giảm bớt sự đau khổ của họ. "- Lướt Qua Lại Lướt Qua của Sogyal Rinpoche

(*"What is compassion? It is not simply a sense of sympathy or caring for the person suffering, not simply a warmth of heart toward the person before you, or a sharp clarity or recognition of their needs and pain, it is also a sustained and practical determination to do whatever is possible and necessary to help alleviate their suffering." — Glimpse After Glimpse by Sogyal Rinpoche*)

LỢI ÍCH CỦA VIỆC LÀM THIỆN NGUYỆN
(Benefits Of Volunteering)

'Giúp chăm sóc những người bị bệnh và sắp chết chính là sự chuẩn bị tốt nhất cho cái chết của chính chúng ta'— Lama Zopa Rinpoche

(*'Helping to look after people who are sick and dying is itself the best preparation for our own death' — Lama Zopa Rinpoche*)

"Học hỏi để giúp đỡ những người sắp chết là thật sự bắt đầu trở nên không sợ hãi và có trách nhiệm về cái chết của chính chúng ta, cũng như đã tìm thấy sự khởi đầu của lòng từ vô biên mà chúng ta chưa bao giờ ngờ tới." - Sogyal Rinpoche

(*'To learn really to help those who are dying is to begin to become fearless and responsible about our own dying, and to find in ourselves the beginnings of an unbounded compassion that we may have never suspected.' — Sogyal Rinpoche*)

SÁCH THAM KHẢO

Bokar Rinpoche. **Death and the Art of Dying in Tibetan Buddhsm.** San Francisco: ClearPoint Press, 1993.

Kapleau, Philip, ed. **The Wheel of Death.** New York, Harper & Row, 1971.

Lama Lodo. **Bardo Teachings.** Ithaca, NY: Snow Lion, 1987.

Lati Rinpochay and Jeffrey Hopkins. **Death, Intermediate State and Rebirth.** Ithaca, NY: Snow Lion, 1985.

Loden, Geshe Acharya Thubten. **Path to Enlightenment in Tibetan Buddhism,** pps.225-253. Mel- bourne: Tushita Publications.

Mullin, Glen H. **Death and Dying: The Tibetan Tradition.** London: Arkana, 1986.

Pabongka Rinpoche. **Liberation in the Palm of Your Hand,** pps.332-361. Boston: Wisdom, 1991.

Sogyal Rinpoche. **The Tibetan Book of Living and Dying.** San Francisco: HarperCollins, 1992.

Thurman, Robert A.F., trans. **The Tibetan Book of the Dead.** New York: Bantam Books, 1994.

Visuddhacara. **Loving and Dying.** Penang: Malaysian Buddhist Meditation Centre, 1993.

THIỀN PHẬT GIÁO

(Buddhist Meditation)

Goldstein, Joseph. **The Experience of Insight.** Boston: Shambhala.

Gunaratana, Venerable H. **Mindfulness in Plain English.** Boston: Wisdom.

McDonald, Kathleen. **How to Meditate.** Boston: Wisdom.

Salzberg, Sharon. **LovingKindness — the Revolutionay Art of Happiness.** Boston: Shambhala, 1995.

Thich Nhat Hanh. **The Miracle of Mindfulness.** Berkeley: Parallax Press.

CHĂM SÓC NGƯỜI SẮP CHẾT

(Caring For The Dying)

Buckman, Dr. Robert, **I Don't Know What to Say: How to Help and Support Someone who is Dying.** London: Papermac, 1988.

Callanan, Maggie and Patricia Kelley.**Final Gifts: Understanding the Special Awareness, Needs and Communications of the Dying.** New York: Ban- tam, 1992.

Kubler-Ross, Elisabeth. **On Death and Dying.** New York: Collier, 1970.

To Live Until We Say Goodbye. Englewood Cliffs, NJ: Prentice Hall, 1978.

Levine, Stephen. **Who Dies? An Investigation of Conscious Living and Conscious Dying.** Garden City, NY: Doubleday, 1982.

Longaker, Christine. **Facing Death and Finding Hope.** NY: Doubleday, and London: Century, 1997.

Stoddard, Sandol. **The Hospice Movement: A Better Way to Care for the Dying.** New York: Random House, 1991.

QUAN ĐIỂM PHƯƠNG TÂY VỀ CÁI CHẾT
(Western Views On Death)

Nuland, Sherwin B. **How We Die.** London: Vintage, 1997.

DỊCH VỤ CHĂM SÓC NGƯỜI SẮP CHẾT Ở SINGAPORE

(Hospice Care Services in Singapore)

TỔ CHỨC	Phục Vụ
Singapore Hospice Council 820 Thomson Road Singapore 574623 Tel: 6356-6426 Fax: 6253-5312	Umbrella body
Assisi Home & Hospice 820 Thomson Road Singapore 574623 Tel: 6347-6446 Fax: 6253-5312 Email: assisi@mtalvernia-hospital.org	In-patient Day care Home care
Dover Park Hospice The Hospice Centre, 10 Jalan Tan Tock Seng Singapore 308436 Tel: 6355-8200 Fax: 6258-9007 Email: dover_park_hospice@doverpark.org.sg	In-patient
Hospice Care Association 12 Jalan Tan Tock Seng Singapore 308437 Tel: 6251-2561 Fax: 6352-2030 (Home care) Fax: 6251 9318 (Day care) Email: info@hca.org.sg Homepage: http://www.hca.org.sg	Home care Day care

St Joseph's Home & Hospice 921 Jurong Road Singapore 649694 Tel: 6268-0482 Fax: 6268-4787 Email: stjoseph@stjh.org.sg	In-patient
Singapore Cancer Society 15 Enggor Street #04-01 to 04 Realty Centre Singapore 079716 Tel: 6221-9577 Fax: 6221-9575 Email: enquiry@singaporecancersociety.org.sg	Home care
Methodist Hospice Fellowship 70 Barker Road #05-01 Singapore 309936 Tel: 6478-4712 Fax: 6478-4701 Email: admin@mbf.mws.org.sg	Home care
Metta Hospice Care 296 Tampines Street 22 #01-526 Singapore 520296 Tel: 6787-2212 Fax: 6787-7542 Email: hhospice@metta.org.sg	Home care
Bright Vision Hospital 5 Lor Napiri Singapore 547530 Tel: 6248-5755 Fax: 6881-0702 Email: caremail@singnet.com.sg	In-patient

REFACE TO THE REVISED EDITION

This booklet is based on material used during a seminar that I have taught a number of times in Singapore and elsewhere, entitled "Preparing for Death and Helping the Dying." This seminar answers a genuine need in today's world, as expressed by one participant: "I am interested to know more about death and how to help dying people, but it's very difficult to find anyone willing to talk about these things."

The material for the seminar is taken mainly from two sources: traditional Buddhist teachings, and contemporary writings in the field of caring for the dying. This booklet is meant as a brief introduction to the subject rather than a detailed explanation. My hope is that it will spark interest in the ideas presented. For those of you who wish to learn more, a list of recommended books is provided at the end.

The booklet was first published in October, 1999 in Singapore. For this present edition, I have made some changes to the original text, and added more material, including two appendices. Any suggestions for further changes and additions would be most welcome.

Sangye Khadro

March, 2003

INTRODUCTION

Death is a subject that most people do not like to hear about, talk about, or even think about. Why is this? After all, whether we like it or not, each and every one of us will have to die one day. And even before we have to face our own death, we will most probably have to face the deaths of other people— our family members, friends, colleagues, and so forth. Death is a reality, a fact of life, so wouldn't it be better to approach it with openness and acceptance, rather than fear and denial?

Perhaps the discomfort we have towards death is because we think it will be a terrible, painful and depressing experience. However, it doesn't have to be so. Dying can be a time of learning and growth; a time of deepening our love, our awareness of what is important in life, and our faith and commitment to spiritual beliefs and practices. Death can even be an opportunity to gain insight into the true nature of ourselves and all things, an insight that will enable us to become free from all suffering.

Let's take the example of Inta McKimm, the director of a Buddhist centre in Brisbane, Australia.

Inta died of lung cancer in August, 1997. Two months before her death she wrote in a letter to her Spiritual Teacher, Lama Zopa Rinpoche: "Although I am dying, this is the happiest time of my life!....

For a long time life seemed so hard, so difficult. But when really recognizing death it turned into the greatest happiness. I wouldn't want anyone to miss out on their own death, the great happiness that comes with having recognized impermanence and death. This is quite surprising and unexpected, and extremely joyful. It is the greatest happiness of my whole life, the greatest adventure and the greatest party!"

Inta spent the last few months of her life dedicating herself to spiritual practice. At the time of her death her mind was peaceful, and she was surrounded by family and friends praying for her. There are many similar stories of Lamas, monks, nuns and spiritual practitioners who are able to face death with serenity and dignity, and in some cases are even able to remain in a state of meditation during and after their death. With the proper training and preparation, a peaceful and positive death is possible for each and every one of us.

It is important to examine the thoughts, feelings and attitudes we have regarding death and dying, to see whether or not they are realistic and healthy. How do you feel when you read or hear the news of a disaster where many people were killed suddenly and unexpectedly? How do you feel when you hear that one of your own family members or friends has died or been diagnosed with cancer? How do you feel when you see a hearse, or drive past a cemetery? What do you think it will be like to die? And do you believe in anything beyond this life, on the other side of death?

There are two unhealthy attitudes people sometimes have towards death. One is to be frightened, thinking that it will be a horrible, painful experience, or that it means total annihilation. This fear leads to denial and wanting to avoid thinking or talking about death. Is this a good idea, considering the fact that we will have to go through it one day? Wouldn't it be better to accept the reality of death and then learn how to overcome our fears and be prepared for it when it happens?

The other unhealthy attitude is a careless, flippant one where one might say, "I don't have any fear of death. I know I'll have to die one day but it will be OK, I can handle it." I had this attitude when I was younger, but one day I sat through an earthquake and for a few moments truly thought I was going to die, and then I discovered that I had been wrong—in fact, I was terrified of death and totally unprepared for it! In *The Tibetan Book of Living and Dying* (p.8), Sogyal Rinpoche quotes a Tibetan master who said: "People often make the mistake of being frivolous about death and think, 'Oh well, death happens to everyone. It's not a big deal, it's natural. I'll be fine.' That's a nice theory until one is dying."

If you notice that you have either of these two attitudes, it might be a good idea to do more research into what death is all about. More knowledge about death and dying will help decrease the fear of death (because we tend to be afraid of what we don't know about or understand), and will help those who have a flippant attitude to take death more seriously and realize the importance of preparing ourselves for it.

This booklet is just a brief introduction to the subject of death and dying, and the recommended reading list at the end will let you know where you can find more information.

First of all, let's look at how death is viewed in the Buddhist tradition.

BUDDHIST PERSPECTIVES ON DEATH

DEATH IS A NATURAL, INEVITABLE PART OF LIFE

People sometimes think of death as a punishment for bad things they have done, or as a failure or mis-take, but it is none of these. It is a natural part of life. The sun rises and sets; the seasons come and go; beautiful flowers become withered and brown; people and other beings are born, live for some time, then die.

One of the principal things the Buddha discov-ered and pointed out to us is the truth of imperma-nence: that things change and pass away. There are two aspects of impermanence: gross and subtle. Gross impermanence refers to the fact that all produced things—which includes humans and other living be-ings, all the phenomena in nature, and all human-made things—will not last forever, but will go out of existence at some point. As the Buddha himself said:

What is born will die
What has been gathered will be dispersed,
What has been accumulated will be exhausted,
What has been built up will collapse,
And what has been high will be brought low.

And:

This existence of ours is as transient as autumn clouds.

To watch the birth and death of beings is like looking at the movements of a dance.

A lifetime is like a flash of lightning in the sky, Rushing by, like a torrent down a steep mountain.

Subtle impermanence refers to the changes that take place every moment in all animate and inanimate things. The Buddha said that things do not remain the same from one moment to the next, but are con-stantly changing. This is confirmed by modern physics, as Gary Zukav points out in *The Dancing Wu Li Masters:*

Every subatomic interaction consists of the annihilation of the original particles and the creation of new subatomic particles. The subatomic world is a continual dance of creation and annihilation, of mass changing into energy and energy changing to mass. Transient forms sparkle in and out of exist-ence, creating a never-ending, forever newly created reality.[1]

The Buddha imparted the teaching on the inevitability of death in a very skilful way to one of his dis-ciples, Kisa Gotami. Kisa Gotami was married and had a child who was very dear to her heart. When the child was about one year old, he became ill and died. Overcome with grief and unable to accept the death of her child, Kisa Gotami took him in her arms and went in search of someone who could bring him back to life. Finally she met the Buddha, and begged Him to help her. The Buddha agreed, and asked her to bring Him four or five mustard seeds, but they had to be obtained from a house where no one had ever died.

Kisa Gotami went from house to house in the village, and although everyone was willing to give her some mustard seeds, she was unable to find a house where death had not occurred. Gradually she realized that death happened to everyone, so she re-turned to the Buddha, buried her child and become one of His followers. Under His guidance, she was able to attain Nirvana, complete freedom from the cycle of birth and death.

People may fear that accepting and thinking about death will make them morbid, or spoil their enjoyment of life's pleasures. But surprisingly, the op-posite is true. Denying death makes us tense; accept-ing it brings peace. And it helps us become aware of what is really important in life—for example, being kind and loving to others, being honest and unself-ish—so that we will put our energy into those things and avoid doing what would cause us to feel fear and regret in the face of death.

IT IS VERY IMPORTANT TO ACCEPT AND BE AWARE OF DEATH

In the *Great Nirvana Sutra*, the Buddha said:

Of all ploughing, ploughing in the autumn is supreme.

Of all footprints, the elephant's is supreme.

Of all perceptions, remembering death and impermanence is supreme.

Awareness and remembrance of death are extremely important in Buddhism for two main reasons:

1) By realising that our life is transitory, we will be more likely to spend our time wisely, doing posi-tive, beneficial, virtuous actions, and refraining from negative, non-virtuous actions. The result of this is that we will be able to die without re-gret, and will be born in fortunate circumstances in our next life.

2) Remembering death will induce a sense of the great need to prepare ourselves for death. There are various methods (e.g. prayer, meditation, working on our mind) that will enable us to overcome fear, attachment and other emotions that could arise at the time of death and cause our mind to be disturbed, unpeaceful, and even negative. Preparing for death will enable us to die peacefully, with a clear, positive state of mind.

The benefits of being aware of death can be corrobo-rated by the results of the near-death experience. The near-death experience occurs when people *seem* to die, for example, on an operating table or in a car accident, but later they come back to life and de-scribe the experiences they had. As Sogyal Rinpoche points out in *The Tibetan Book of Living and Dying* (p.29):

Perhaps one of its most startling revelations is how it [the near-death experience] transforms the lives of those who have been through it. Researchers have noted a startling range of aftereffects and changes: a reduced fear and deeper acceptance of death; an increased concern for helping others; an enhanced vision of the importance of love; less interest in materialistic pursuits; a growing belief in a spir-itual dimension and the spiritual meaning of life; and, of course, a greater openness to belief in the afterlife.

DEATH IS NOT THE END OF EVERYTHING, BUT A GATEWAY INTO ANOTHER LIFE

Each of us is made up of a body and a mind. The body consists of our physical parts—skin, bones, or- gans, etc.—and the mind consists of our thoughts, perceptions, emotions, etc. The mind is a continu-ous, ever-changing stream of experiences. It has no beginning and no end. When we die, our mind sepa-rates from our body and goes on to take a new life. Being able to accept and integrate this understand-ing is very helpful in overcoming fear of death and being less attached to the things of this life. In the Tibetan tradition, we are advised to think of our ex-istence in this life as similar to a traveler who stays a night or two in a hotel—he can enjoy his room and the hotel, but does not become overly attached because he doesn't think that it's his place, and knows that he will be moving on.

The type of life we will be born into and the experiences we will have are determined by the way we live our life. Positive, beneficial, ethical actions will lead to a good rebirth and happy experiences, whereas negative, harmful actions will lead to an un-fortunate rebirth and miserable experiences.

Another factor that is crucial in determining our next rebirth is the state of our mind at the time of death. We should aim to die with a positive, peace-ful state of mind, to ensure a good rebirth. Dying with anger, attachment or other negative attitudes may lead us to take birth in unfortunate circum-stances in our next life. This is another reason why it is so important to prepare ourselves for death, because in order to have a positive state of mind at that time, we need to start *now* to learn how to keep our minds free from negative attitudes, and to fa-miliarize ourselves with positive attitudes, as much as possible.

IT IS POSSIBLE TO BECOME FREE FROM DEATH AND REBIRTH

Dying and taking rebirth are two of the symptoms of ordinary, cyclic existence (samsara), the state of continuously-recurring problems, dissatisfaction, and non-freedom which all of us are caught in. The rea-son we are in this situation is because of the pres-ence in our mind of delusions—chiefly attachment, anger and ignorance—and the imprints of our ac-tions (karma) performed under the influence of delusions.

The Buddha was once like us, caught in samsara, but He found a way to become free, and achieved the state of perfect, complete Enlightenment. He did this not just for His own sake, but for the sake of all other beings, because he realized that all beings have the potential to become enlightened—this is called our "Buddha nature," and it is the true, pure nature of our minds.

Buddha has the most perfect, pure compassion and love for all of us, all living beings, and taught us how we too could become free from suffering and attain enlightenment. That's what his teachings, the Dharma, are all about. The Dharma shows us how we can free our minds from delusions and karma— the causes of death, rebirth and all the other prob-lems of samsara—and thus to become free from samsara and attain the ultimate state of enlighten-ment. Remembering death is one of the most pow-erful sources of the energy we need to practice the Buddha's teachings and thus attain their blissful results.

Now let's take a look at some of the ways in which we can begin preparing ourselves for death.

HOW TO PREPARE FOR DEATH

THE FOUR TASKS OF LIVING AND DYING

Christine Longaker, an American woman with over 20 years' experience working with the dying, has formulated four tasks which will help us to prepare for death, as well as to live our lives fully and meaning-fully. The four are:

1) **Understanding and transforming suffering.** Ba-sically this means coming to an acceptance of the various problems, difficulties and painful experi-ences which are an inevitable part of life, and learning to cope with them. If we can learn to cope with the smaller sufferings that we encoun-ter as we go through life, we will be better able to cope with the bigger sufferings that we will face when we die.

We can ask ourselves: how do I react when prob-lems, physical or mental, happen to me? Is my way of reacting healthy and satisfying, or could it be im- proved? What are some ways I can learn to cope better with problems?

Suggested practices from the Tibetan tradition include patience, thinking about karma, compas-sion, and *tonglen* ("taking and giving"—see Ap-pendix 1). An explanation of these practices can be found in *Transforming Problems into Happiness* by Lama Zopa Rinpoche (Wisdom Publications, Boston, 1993).

2) **Making a connection, healing relationships and letting go.** This task refers to our relationships with others, particularly family and friends. The main points here are to learn to communicate honestly, compassionately and unselfishly, and to resolve any unresolved problems we may have with others.

Think about your relationships with your fam-ily, friends, people you work with, etc. Are there any unresolved problems? How can you start working to-wards resolving these?

Suggestions: Forgiveness meditation (see Ap-pendix 2), resolving problems.

3) **Preparing spiritually for death.** Christine writes:

"Every religious tradition emphasizes that to pre-pare spiritually for death it is vital that we estab-lish right now a daily spiritual practice, a prac-tice so deeply ingrained that it becomes part of our flesh and bones, our reflexive response to every situation in life, including our experiences of suffering."[2] A list of recommended spiritual practices from the Buddhist tradition can be found below.

Check: try to imagine yourself at the time of death—what thoughts and feelings would come up in your mind at that time? Are there any spiritual ideas or practices you have learned or experienced that would give you comfort and peace at that time?

4) **Finding meaning in life.** Many of us go through life without a clear idea as to what is the purpose and

meaning of our existence. This lack of clar-ity can become a problem as we become older and closer to death because we become less capable and more dependent upon others. So it is impor-tant to explore such questions as *"What is the pur-pose of my life? Why am I here? What is important and not important?"*

These four tasks are fully explained in *Facing Death and Finding Hope* by Christine Longaker (NY: Doubleday, and London: Century, 1997) pps.37-157.

LIVE ETHICALLY

Painful or frightening experiences that occur at the time of death and afterwards are the result of nega-tive actions, or karma. To prevent such experiences, we need to refrain from negative actions and do as many positive actions as we can. For example, we can do our best to avoid the ten non-virtuous ac-tions (killing, stealing, sexual misconduct, harsh speech, lying, slander, gossip, covetousness, ill-will and wrong views) and to practice the ten virtues (consciously refraining from killing, etc. and doing actions opposite to the ten non-virtues). It's also good to take vows or precepts, and do purification prac-tices on a daily basis.

Another aspect of Buddhist ethics is working on our minds to reduce the very causes of negative ac-tions: delusions, or disturbing emotions, such as an-ger, greed, pride, and so forth. And awareness of death itself is one of the most effective antidotes for delusions.

To illustrate this point: I heard the story of a woman who had an argument with her son just be-fore the son left home with his father to go on a fish-ing trip. The son was killed on the trip. You can im-agine the pain the mother must have suffered—not only did she lose her son, but the last words she spoke to him were angry ones.

There is no way of knowing when death will happen, to ourself or to another. Each time we part from someone, even for a short time, there's no cer-tainty that we will meet them again. Realizing this can help us to avoid hanging on to negative feelings, and to resolve our conflicts with others as quickly as possible. That will ensure that we do not die with those burdens on our minds, or that we live with painful regret if the person we had a problem with were to die before we had a chance to apologize and clear up the problem.

Also, as we approach death, it's good to start giv-ing away our possessions, or at least make a will. Doing that will help reduce attachment and worry *("What will happen to all my things?" "Who will get what?")* at the time of death.

STUDY SPIRITUAL TEACHINGS

Learning spiritual teachings such as those given by the Buddha will help us to overcome delusions and negative behaviour, and will help us become more wise and compassionate. Also, the more we under-stand reality or truth—the nature of our life, the uni-verse, karma, our capacity for spiritual development and how to bring it about—the less we will be afraid of death.

CULTIVATE A SPIRITUAL PRACTICE

As we are dying, we may find ourselves experiencing physical discomfort and pain. In addition to this, we may also experience disturbing thoughts and emotions, such as regrets about the past, fears about the future, sadness about having to separate from our loved ones and possessions, and anger about the mis-fortunes that are happening to us. As mentioned above, it is very important to keep our mind free from such negative thoughts, and instead to have positive thoughts at the time of death. Examples of positive thoughts could include:

- Keeping in mind an object of our faith such as Buddha or God,
- Calm acceptance of our death and the problems associated with it,
- Non-attachment to our loved ones and posses-sions,
- Feeling positive about the way we have lived our life, remembering good things we have done,
- Feeling loving-kindness and compassion for others.

In order to be able to invoke such thoughts or attitudes at the time of death, we need to be familiar with them. Familiarity with positive states of mind depends upon putting time and effort into spiritual practice while we are alive. And the best time to start is *now*, since we have no way of knowing when death will happen.

Some recommended practices from the Buddhist tradition include:

1) Taking refuge

In Buddhism, taking refuge is an attitude of feeling faith in and relying upon the Three Jewels: Buddha, Dharma and Sangha, accompanied by a sincere ef-fort to learn and practice the Buddhist teachings in our life. It is said in the Buddhist teachings that tak-ing refuge at the time of death will ensure that we will obtain a fortunate rebirth and avoid an unfor-tunate one in our next lifetime.[3] Faith in one's per-sonal spiritual teachers, or in a specific Buddha or Bodhisattva such as Amitabha or Guan Yin, will also have the same result and will bring great comfort to the mind at the time of death.

2) Pure Land practice

A popular practice, particularly in the Mahayana tradition, is to pray for rebirth in a Pure Land, such as the Pure Land of Bliss (Sukhavati) of Amitabha Bud-dha. Pure Lands are manifested by the Buddhas to aid those who wish to continue their spiritual prac-tice in the next life, free of the distractions, hassles and interferences of the ordinary world.

Bokar Rinpoche mentions four essential condi-tions that need to be cultivated in order to take birth in Amitabha's Pure Land: 1) making ourselves famil-iar with the image of the Pure Land and meditating upon it,

2) having a sincere wish to be born there, and making regular prayers for such a rebirth,

3) purifying our negative actions and accumulating positive actions, and dedicating these to be born in the Pure Land, and 4) having the motivation of bodhicitta—the aspiration to attain enlightenment (Buddhahood) to be able to help all beings—as the reason for wishing to be born in the Pure Land.[4]

3) Mindfulness

Mindfulness is a meditative practice that involves be-ing aware of whatever is happening in our body and mind accompanied by equanimity, free of attach-ment to what is pleasant and aversion to what is un-pleasant. Strong familiarity with this practice gives one the ability to cope with pain and discomfort, keep the mind free from disturbing emotions, and remain peaceful while dying. Several books on mind-fulness and meditation are mentioned in the read-ing list.

4) Loving-kindness

This practice involves cultivating feelings of care, concern and kindness towards all other beings. When we face difficulties or pain, our strong attachment to 'I' augments our suffering, whereas being less concerned with ourselves and more concerned for others diminishes our suffering. At the time of death, thinking of other beings and wishing them to be happy and free from suffering would bring great peace to our mind. Lama Zopa Rinpoche says that these are the best thoughts and feelings that we could have in our mind before and during death. Not only do they help us have a more peaceful death, but they also purify our negativities and accumulate positive potential, or merit, which ensures a good rebirth in the next life.

More information on how to cultivate loving-kindness can be found in Sharon Salzburg's book, *LovingKindness—The Revolutionary Art of Happiness* (see the recommended reading list).

BECOME FAMILIAR WITH THE STAGES OF THE DEATH PROCESS

One reason why people tend to be afraid of death is because they do not know what will happen to them. In the Tibetan tradition of Buddhism, there is a clear and detailed explanation of the process of dying, which involves eight stages. The **eight stages** correspond to the gradual dissolution of various fac-tors, such as the four elements: earth, water, fire and air. As one passes through the eight stages, there are various internal and external signs.

The four elements dissolve over the first four stages. In the **first stage**, where the earth element dis-solves, the external signs are that one's body becomes thinner and weaker, and internally one has a vision of a mirage. The **second stage** involves the dissolu-tion of the water element; the external sign is that one's bodily fluids dry up, and internally one has a vision of smoke. The fire element dissolves in the **third stage**; the external sign is that the heat and digestive power of the body decline, and internally one has a vision of sparks. In the **fourth stage**, where the wind or air element dissolves, the external sign is that breathing ceases, and internally one has a vision of a flame about to go out. This is the point at which one would normally be declared clinically dead. The gross physical elements have all dissolved, the breath has stopped, and there is no longer any movement in the brain or circulatory system. However, according to Buddhism death has not yet taken place because the mind or consciousness is still present in the body.

There are various levels of the mind: gross, sub-tle and very subtle. The gross mind or conscious-ness includes our six consciousnesses (seeing, hear-ing, smell, taste, touch and mental consciousness) and eighty instinctive conceptions. The six consciousnesses dissolve over the first four stages of the death process, and the eighty conceptions dis-solve in the **fifth stage**, following which one experiences a white vision. In the **sixth stage**, the white vision dissolves and a red vision appears. In the **sev-enth stage**, the red vision dissolves and a vision of darkness appears. The white, red and dark visions constitute the subtle level of consciousness.

Finally, in the **eighth stage**, the dark vision dissolves and the very subtle mind of clear light becomes manifest. This is the most subtle and pure level of our mind, or consciousness. Experienced meditators are able to use this clear light mind to meditate and gain a realization of absolute truth, and even attain enlightenment. That is why such meditators are not afraid of death, and even look forward to death as if they were going on a holiday!

This is just a brief explanation of the eight stages. More detailed explanations can be found in a number of books (see the recommended reading list), such as *The Tibetan Book of the Dead*, translated by Robert Thurman, p.23-50. Since we are naturally more frightened of what is not known to us, becom-ing familiar with the stages of the death process would help ease some of our fear of death. And if we are able to practice the meditations on simulat-ing the death process and awakening the clear light mind that are found in the Tibetan Vajrayana tradi-tion, we might even be able to attain realizations as we die.

These are just a few recommended spiritual practices that we can learn and train ourselves in during the course of our life which will help us be more pre-pared for death. However, there are many other methods, which are suited to people of different tem-peraments. When it comes to choosing the method that is right for us, we can use our own intuition and wisdom, or consult reliable spiritual teachers with whom we have an affinity.

Now let's look at what we can do to help other people who are dying.

HELPING OTHERS WHO ARE DYING

It is said in the Buddhist teachings that helping another person to die with a peaceful, positive state of mind is one of the greatest acts of kindness we can offer. The reason for this is that the moment of death is so crucial for determining the rebirth to come, which in turn will affect subsequent rebirths.

However, helping a dying person is no easy task. When people die, they experience numerous diffi-culties and changes, and this would naturally give rise to confusion as well as painful emotions. They have physical needs—relief from pain and discom-fort, assistance in performing the most basic tasks such as drinking, eating, relieving themselves, bath-ing and so forth. They have emotional needs—to be treated with respect, kindness and love; to talk and be listened to; or, at certain times, to be left alone and in silence. They have spiritual needs—to make sense of their life, their suffering, their death; to have hope for what lies beyond death; to feel that they will be cared for and guided by someone or some-thing wiser and more powerful than themselves.

Thus one of the most important skills in help-ing a dying person is to try to understand what their needs are, and do what we can to take care of these. We can best do this by putting aside our own needs and wishes whenever we visit them, and make up our mind to simply be there for them, ready to do whatever has to be done, whatever will help them to be more comfortable, happy and at peace.

There are many excellent books available on how to care for a dying person in terms of their physical and emotional needs (see the recommended read-ing list). Here we will focus on the spiritual needs and how to provide for these.

WORKING ON OUR OWN EMOTIONS

As mentioned above, when people approach death they will at times experience disturbing emotions such as fear, regret, sadness, clinging to the people and things of this life, and even anger. They may have difficulty coping with these emotions, and may find themselves overwhelmed, as if drowning in them. What is helpful to them during these diffi-cult times is to sit with them, listen compassionately and offer comforting words to calm their minds. But to be able to do this effectively, we need to know how to cope with our own emotions. Being in the presence of death will most probably bring up the same disturbing emotions in our mind as in the dying person's mind—fear, sadness, attachment, a sense of helplessness, and so forth. Some of these emotions we may never have experienced before, and we may feel surprised and even confused to find them in our mind. Thus we need to know how to deal with them in ourselves before we can really help someone else to deal with them.

One of the best methods for dealing with emo-tions is mindfulness meditation (see above). Another is reminding ourselves of impermanence: the fact that we ourselves, other people, our bodies and minds, and just about everything in the world around us, is constantly changing, never the same from one mo-ment to the next. Awareness and acceptance of im-permanence is one of the most powerful antidotes to clinging and attachment, as well as to fear, which is often a sense of resistance to change. Also, culti-vating firm faith in the Three Jewels of Refuge (Bud-dha, Dharma and Sangha) is extremely useful in providing the strength and courage we need to face and deal with turbulent emotions.

If the dying person is a family member or friend, we will have the additional challenge of having to deal with our attachments and expectations in rela-tion to him or her. Although it is difficult, the best thing we can do is learn to let go of the person. Clinging to them is unrealistic, and will only cause more suffering for both of us. Again, remembering impermanence is the most effective remedy to at-tachment.

GIVING HOPE AND FINDING FORGIVENESS

Sogyal Rinpoche, in *The Tibetan Book of Living and Dying* (pps.212-213), says that two things that are very important in helping a dying person are giving hope and finding forgiveness. When dying, many people experience guilt, regret, depression or a sense of hopelessness. You can help them by allowing them to express their feelings, and by listening compas-sionately and non-judgementally. But encourage them to remember the good things they have done in their life, and to feel positive about the way they have lived. Focus on their successes and virtues, not on their failings and wrongdoings. If they are open to the idea, remind them that their nature is basi-cally pure and good (in Buddhism we call this "Bud-dha nature") and that their faults and mistakes are transitory and removable, like dirt on a window.

Some people may be concerned that their wrong-doings are so numerous and great that they could never be forgiven. If they believe in God or Bud-dha, assure them that the nature of God and Bud-dha is pure, unconditional love and compassion, so they always forgive whatever mistakes we make. If the person has no such belief, then what they need is to forgive themselves. You can help them to do this by encouraging them to express their heartfelt regret for their mistakes and ask for forgiveness. That is all they need to do. Remind them that whatever actions were done in the past are over and cannot be changed, so it's best to let go of them. However, we can change from this moment on. If the person truly regrets her mistakes and wishes to transform herself, there is no reason she cannot find forgive-ness. If there are specific people the person has harmed and who are still alive, encourage the per-son to express his regret and request forgiveness.

Sogyal Rinpoche says (p.213):

All religions stress the power of forgiveness, and this power is never more necessary, nor more deeply felt, than when someone is dying. Through forgiving and being forgiven, we purify ourselves of the darkness of what we have done, and prepare ourselves more completely for the journey through death.

HOW TO HELP SOMEONE WHO IS A BUDDHIST

If the dying person is a Buddhist, ask questions to find out how much they know and understand, and their answers should give you a better idea about what to do to help them spiritually. For example, if the person has strong faith in Guan Yin (Tib: Chenrezig, Skt: Avalokitesvara), then you should encourage them to keep that faith in their mind and pray to Guan Yin as much as possible. Or if the person were a practitioner of mindfulness medita-tion, encourage them to do that practice as often as they can. In short, whatever teachings and practices they are familiar and comfortable with, remind them of these and do whatever you can to provide them with confidence and inspiration to do these prac-tices. If they have difficulty practicing on their own, due to pain or tiredness or a confused state of mind, do the practice with them.

If possible, place images of Buddha, Guan Yin, Amitabha, and so forth within sight of the person. If he or she has any Spiritual Teachers, you can put their pictures as well. It's also very beneficial to re-cite the names of Buddhas to the person, because the Buddhas have promised to help living beings avoid being reborn in states of suffering.

Speak to the person, or read passages from books, about impermanence and other Buddhist teach-ings—but do this only if they are receptive, do not force it on them. Also, be cautious about teaching them something that would cause their mind to be confused or upset (for example, if the subject is too difficult for them to understand, or if it is new and unfamiliar). Remember that the most important thing is to help the person have a peaceful and positive state of mind before and during their death.

It may be that the dying person does not know how to meditate or pray. In that case you can medi-tate or do other prayers or practices in their pres- ence, dedicating the merit of these that they have a peaceful mind at the time of death and a good re-birth. You can also teach them how to pray, using standard Buddhist prayers, or by praying in their own words, in their own hearts. For example, they can pray to Buddha, Guan Yin or whichever Buddha-figure they are familiar with, to be with them dur-ing this difficult time, to help them find the strength and courage to deal with their suffering, to keep their mind peaceful, and to guide them to a good rebirth in the next life.

Here is a simple meditation you could teach the dying person to do: ask them to visualize in front of them whatever Buddha-figure they have faith in, see-ing it as the embodiment of all positive, pure quali-ties such as compassion, loving-kindness, forgiveness and wisdom. Light flows from this figure, filling their body and mind, purifying them of all the negative things they have ever done or thought, and blessing them to have only pure, positive thoughts in their mind. The person's mind becomes oneness with the Buddha's mind, completely pure and good. If the dying person is not able to do this meditation (e.g. if they are too ill, or unconscious) then you can do it for them, imagining the Buddha-figure above the person's head.

Also, to help their minds be free of worry and anxiety, encourage them to not worry about their loved ones and their possessions—assure them that everything will be taken care of—and to not be afraid of what lies ahead but to have faith in the Three Jewels. Do what you can to help them cultivate positive thoughts, such as faith, loving-kindness and compassion, and to avoid negative thoughts such as anger and attachment.

HOW TO HELP SOMEONE WHO IS NOT A BUDDHIST

If the dying person belongs to another religion, make an effort to understand what they know and believe, and speak to them accordingly. For example, if they believe in God and heaven, encourage them to have faith in and pray to God, and to feel confident that they will be with God in heaven after they leave this life. And have a respectful attitude towards the per-son and their beliefs and practices. Remember, the most important thing is to help the person to have positive thoughts in their mind, in accordance with their religious beliefs and practices. DO NOT at-tempt to impose your own beliefs or try to convert them. To do that would be disrespectful and unethi-cal, and could cause them to become confused and disturbed.

If the person has no religion, use non-religious terminology to speak to them in ways that will help them to be free of negative thoughts such as anger and attachment, and develop positive thoughts and a peaceful state of mind. If they show interest in knowing what you believe in, you can tell them, but be careful not to preach. It might be more effective to have a discussion in which you openly share ideas with each other. For example, if the person asks you what happens after we die, instead of immediately launching into an explanation of rebirth, you might say something like "I'm not really sure. What do you think?" And take it from there.

If they genuinely wish to know about Buddhist beliefs and practices, it's perfectly OK to explain these to them. You can talk about the Buddha's life and teachings, the Four Noble Truths, impermanence, loving-kindness and compassion, and so forth. Just be sensitive to their response—be careful not to be pushy, otherwise the person could become negative.

Remember, the bottom line is to help them remain free from negative thoughts as much as possible, and to have a positive, peaceful state of mind.

If the person is not a Buddhist and would not be comfortable hearing or seeing you do any Bud-dhist prayers or practices, you can still do these prac-tices silently, without them knowing it. For exam-ple, you could sit beside them and meditate on lov-ing-kindness and send the energy of loving kindness from your heart to fill them with peace. Or you could visualize Buddha or Guan Yin above the person's head and silently recite prayers or mantras while visu-alizing a shower of light flowing from the Buddha into the person, purifying them and helping their mind to become more pure and peaceful. It is quite possible that the person will feel the effects of these practices even though they have no idea that they are being done on their behalf!

THE TIME OF DEATH

You can continue to do meditation or recite prayers, mantras, the names of Buddhas and so forth as the person is dying, and for as long as possible after they have stopped breathing. Remember that the cessa-tion of the breath is not the sign of death according to Buddhism. That is only the fourth of the eight stages of the death process, and the actual point of death, when the consciousness leaves the body, is after the eighth stage.

How long does it take for the person to get to that stage after they have stopped breathing? That is not certain—it depends on various factors such as the cause of death (for example, if the person was badly injured in a car accident, the consciousness might leave sooner than in the case of a natural death), and the state of the person's mind (an expe-rienced meditator would be able to stay in the eighth stage, the clear light state, longer than someone with little or no meditation experience.)

So how can we know when the person has ac-tually died? According to the Tibetan tradition, there are several signs indicating that the consciousness has left the body: the heat of the heart ceases, a smell begins to emanate from the body, and a small amount of fluid will be emitted either from the nostrils or the sexual organ. So it is best to leave the body undisturbed until these signs occur, which could be several hours or even several days after the breath has ceased. This is possible if the person has died at home, but would be difficult in a hospital because hospitals have rules regarding how long a body can be kept in a room or ward. You can re-quest the hospital staff to move the body to another room where it could be left for several more hours, while prayers and mantras continue to be recited.

It is best to not touch the body from the time the breath has stopped until the consciousness has departed. However, if it is necessary to touch the body during this time, first pull the hair on the crown of the head (or just touch the crown if there is no hair). This will stimulate the person's mind to leave from the crown, which is the exit-point for a fortu-nate rebirth—state such as in a Pure Land. After that you can touch other parts of the body.

In the Buddhist tradition it is recommended that we not cry in the presence of someone who is dying or has stopped breathing. It is also not good to talk about the person's possessions and how they should be distributed.

Hearing such sounds could disturb their mind. Family members and friends can go to another room to cry, or to discuss practical matters. In the presence of the person who has died, it is best to have only the sounds of prayers, mantras and spiritual instructions.

Among the practices recommended by Lama Zopa Rinpoche for a person who has passed away are: Medicine Buddha, Amitabha, Chenrezig, *Giv-ing Breath to the Wretched*, and the *King of Prayers*. Copies of these and other practices for the dying and deceased can be obtained by writing to materials@fpmt.org. If there is a lama or ordained person in your area who knows how to do *powa* (transference of consciousness) practice, you can invite them to do that. If there is no such person available, then just do whatever prayers and prac-tices you know, with as much faith, sincerity and compassion as you can generate in your heart.

HELPING AFTER DEATH

After the person has passed away, we can continue to benefit them by doing positive, virtuous actions— such as saying prayers (or asking monks and nuns to say prayers), making offerings, releasing animals who are destined to be slaughtered, doing medita-tion, etc.—and dedicate the merits of these actions for the person to have a good rebirth, and to quickly become free from cyclic existence and attain enlight-enment. It is perfectly all right to do these practices whether the person was a Buddhist or not.

It is good to use some of the person's own money to create merit, for example, making donations to charity. Also, merit accumulated by family members (direct relatives of the deceased person) is especially powerful and helpful. Doing virtuous actions and dedicating the merits to the deceased can help the person in the *bardo* (the intermediate state between death and the next life, which could last up to 49 days). However, once they have taken rebirth, the merit we dedicate may not help them in that life, but could help them in their subsequent rebirth, for example, by shortening the length of an unfortunate rebirth.

CONCLUSION

I hope that the ideas presented in this booklet will help you to be more accepting and less fearful of death, your own and others'. There is a great wealth of material—from ancient religious and spiritual traditions as well as from modern fields such as psy-chology, sociology and palliative care—that can guide us in living our lives in such a way as to be peaceful, calm and courageous in the face of death. And when someone we love is going through that experience, we can be a source of comfort, serenity and hope for them. May this small work inspire you to learn more on this subject. And may all beings become free from the sufferings of death, and attain the highest peace and happiness beyond the cycle of birth and death.

APPENDIX 1

A Simple Tong-Len (Taking and Giving) Meditation Using One's Own Problem

You can use this method whenever you are experiencing any kind of problem—physical, emotional, in a relationship or at work. Sit down, calm the mind, generate a positive motivation for doing the practice. Then focus on your problem, allow it to arise in your mind, feel how painful it is, how your mind wants to push it away.... Then think: "I am not the only person experiencing a problem like this. There are many others...." Think of other people who may be experiencing the same or a similar problem, some to an even greater degree than your-self. (For example, if you have lost a loved one, think of people who have lost many loved ones, in a war or a famine.)

Then generate compassion, thinking: "How wonderful it would be if all those people could be free from their suffering." Then decide that you will accept or take on your own experience of this prob-lem, in order that all those other people could be free from theirs. You can do this with the breath: visualize breathing in the suffering in the form of dark smoke. It comes into your heart, where the self-cherishing mind is located, in the form of a solid, dark spot or rock. The dark smoke of suffering ab-sorbs into the rock of self-cherishing and destroys it.....

Then breathe out happiness and positive quali-ties and merit, in the form of bright light, giving to yourself and all those other people whatever quali-ties are needed to be able to deal with the problem and to progress along the path to enlightenment.

Conclude the meditation by feeling joyful that you have done this practice, and dedicate the merit (positive energy) of the practice that all beings may be happy and free from suffering.

APPENDIX 2

Meditation on Forgiveness

As we develop in our practice of meditation we naturally become more conscious of what is going on in our minds. We become clearer about what we feel and why. We start to uncover the discrepancies in our lives, and get in touch with the bruises and hurts of old relationships. Slowly, we are able to tie loose ends and heal the wounds.

The practice of a forgiveness meditation is a wonderful way to heal the pain of the old hurts that block our heart and prevent us from trusting and loving ourselves and others. Forgiveness is the key to opening our hearts, to learning from the painful lessons of the past in order to move into the future unhindered.

Begin by sitting quietly, relaxing your body and focussing your mind with the breath. Allow memo-ries and images and emotions to float freely in your mind—things you have done, said and thought that you have not forgiven yourself for, no matter how painful they are.

From your heart say to yourself, "I forgive myself for whatever I have done in the past, intentionally or unintentionally, my actions, my words and my thoughts. I have suffered enough! I have learned and grown and I am ready now to open my heart to myself. May I be happy, may I be free from confu-sion, may I know the joy of truly understanding myself, others and the world. May I come to know my own wholeness and fullness and help others to do the same."

Now, in the space in front of you, imagine a person you love whom you want to forgive or whose forgiveness you need. From your heart to their heart directly communicate the following: "With all my heart I forgive you for whatever you may have done, intentionally or unintentionally, by your actions, your words or thoughts that have caused me pain. I forgive you, and I ask that you forgive me for whatever I have done, intentionally or unintention-ally to you, by my actions, my words or my thoughts—I ask your forgiveness. May you be happy, free and joyful. May we both open our hearts and minds to meet in love and understanding as we grow into wholeness." Imagine that this message has been received and accepted, and affirm the healing that has taken place within you and between the two of you. Then allow the image to melt into space.

Next, think about the countless people toward whom you have closed your heart. Remember how you felt and what you did when people abused you, spoke harshly, took "your" parking place, crowded in front of you in line, ad infinitum... Consider how many people you have hurt in some way, by your own conscious or unconscious actions, words and thoughts. How many times have you been the abuser, the one who crowded in, the one who spoke harshly?

Imagine these countless beings standing before you. From your heart to theirs generate the essence of the following: "I forgive you and ask you to forgive me for whatever I have done, intentionally or uninten-tionally, that has hurt you. May you and I and all of us create the causes for happiness in our lives. May we all come to know the joy of truly understanding and experiencing our interrelationship. May we open our hearts and minds to each other and meet in harmony."

Repeat this reflective meditation as often as you like. At the conclusion, imagine and feel as vividly and wholeheartedly as you are able that you have actu-ally released all guilt and blame towards yourself. In this present moment, allow yourself to feel forgive-ness and a patient acceptance of your past actions.

— From *The Fine Arts of Relaxation, Concentration and Meditation by* Joel and Michelle Levey (Wisdom Publications, Boston, 1991)

NOTES

1. Gary Zukav, ***The Dancing Wu Li Masters*** (NY: Bantam, 1980), p.197.

2. Christine Longaker, ***Facing Death and Finding Hope*** (London: Century, and NY: Doubleday, 1997), p.113.

3. Pabongka Rinpoche, ***Liberation in the Palm of Your Hand*** (Boston: Wisdom, 1991), p.422.

4. Bokar Rinpoche. ***Death and the Art of Dying in Tibetan Buddhism.*** San Francisco: ClearPoint Press, 1993; pps.52-53.

NSPIRING QUOTES

"My disciples, my end is approaching, our parting is near, but do not lament. Life is ever changing; none can escape the dissolution of the body. This I am now to show by my own death, my body falling apart like a dilapidated cart.

Do not vainly lament, but realize that nothing is permanent and learn from it the emptiness of human life. Do not cherish the unworthy desire that the changeable might become unchanging...." — last words to his disciples by Shakyamuni Buddha

DEATH IS CERTAIN

'No man, though he sees others dying around him, believes he himself will die.' — Bhagavad-gita

When you are strong and healthy,
You never think of sickness coming,
But it descends with sudden force,
Like a stroke of lightning.
When involved in worldly things,
You never think of death's approach,
Quick it comes like thunder,
Crashing round your head.

— Milarepa

HOW TO DIE HAPPILY AND MEANINGFULLY

'If a person dies with the thought of benefiting others, their mind is naturally happy and this makes their death meaningful.' — Lama Zopa Rinpoche

'A time will never come when you are free of all activities, so everyday you have to find the oppor-tunity.... Death is definite but the time of death is indefinite—it can strike us at any time, therefore do not procrastinate.' — HH Dalai Lama

DIE TO LIVE

'The Buddha told his disciple Ananda to see impermanence, to see death with every breathe. We must know death; we must die in order to live.' — Ajahn Chah

WHY HELP THE DYING?

'The needs of a person who is experiencing death, who is at this crucial point in life, are unbelievable, and they need support.... For most people, when death is approaching they find it the hardest and most difficult time in their life. So therefore, this is the time that they really need some refuge or sup-port." — Lama Zopa Rinpoche

To Friends of the Dying

Oh you,
Who have come to this place,
Sisters and brothers, friends,
This person is dying.
She (he) has not chosen to do so.
She is suffering greatly.
She has no home, no friends.
Falling as from a cliff,
She is entering a strange forest.
Driven by the winds, swept by the ocean,
She feels no solid ground.
She is embarking on a great battle.
Moved from state to state,
She is alone and helpless.
Embrace her with your love.

— extracted from *The Tibetan Book of the Dead* for Reading Aloud, adapted by Jean-Claude van Itallie.

HOW TO HELP

'The main thing is to take care of the dying person's mind. Many others can take care of the body, but we can take care of the mind.' — Lama Zopa Rinpoche

'The body has its own language of love, use it fearlessly, and you will find you bring to the dying comfort and consolation.' — Sogyal Rinpoche

'When you do social service, and from the very beginning what you have in your heart is to offer service to others, because others are most important, then of course you enjoy the work because of the pure heart.' — Lama Zopa Rinpoche

"What is compassion? It is not simply a sense of sympathy or caring for the person suffering, not simply a warmth of heart toward the person before you, or a sharp clarity or recognition of their needs and pain, it is also a sustained and practical deter-mination to do whatever is possible and necessary to help alleviate their suffering." — Glimpse After Glimpse by Sogyal Rinpoche

BENEFITS OF VOLUNTEERING

'Helping to look after people who are sick and dying is itself the best preparation for our own death' — Lama Zopa Rinpoche

'To learn really to help those who are dying is to begin to become fearless and responsible about our own dying, and to find in ourselves the beginnings of an unbounded compassion that we may have never suspected.' — Sogyal Rinpoche

CÁC TÁC PHẨM ĐÃ IN
CỦA DỊCH GIẢ TN GIỚI HƯƠNG

1. Boddhisattva and Sunyata in the Early and Developed Buddhist Traditions

2. Bồ-tát và Tánh Không Trong Kinh Tạng Pali va Đại Thừa

3. Ban Mai Xứ Ấn (3 tập)

4. Vườn Nai – Chiếc Nôi Phật Giáo

5. Xá Lợi Của Đức Phật

6. Quy Y Tam Bảo và Năm Giới

7. Vòng Luân Hồi

8. Hoa Tuyết Milwaukee

9. Luân Hồi trong Lăng Kính Lăng Nghiêm

10. Nghi Thức Hộ Niệm Cầu Siêu

11. Quan Âm Quảng Trần

12. Sen Nở Nơi Chốn Tử Tù

12. Nữ Tu và Tù Nhân Hoa Kỳ

14. Nếp Sống Tỉnh Thức của Đức Đạt Lai Lạt Ma Thứ XIV

15. A-Hàm:Mưa pháp chuyển hóa phiền não, (2 tập)

16. Góp Từng Hạt Nắng Perris

17. Pháp Ngữ của Kinh Kim Cang

18. Tập Thơ Nhạc Nắng Lăng Nghiêm

19. Chùa Việt Nam Hải Ngoại (Overseas Vietnamese

Buddhist Temples)

20. Việt Nam Danh Lam Cổ Tự (The Famous Ancient Buddhist Temples in Vietnam)

21. Rebirth Views in the Śūraṅgama Sūtra

22.Commentary of Avalokiteśvara Bodhisattva

23. Phật Giáo-Một Bậc Đạo Sư, Nhiều Truyền Thống

24. Nét Bút Bên Song Cửa

25. Bản Tin Hương Sen/ Newsletter: Xuân/Spring – Phật đản/Buddha Birthday – Vu Lan/Parents Day, in Vietnamese and English Language. Annual/Mỗi năm.

26. Máy Mp3 Hương Sen: 201/383Bài Giảng, Sách và Nhạc của Ni Sư TN Giới Hương

27. DVD Phóng Sự về Chùa Hương Sen

28. Danh Ngôn Anh –Việt: Nuôi Dưỡng Nhân Cách - *Good Sentences Nurture the Good Manner*, Thích Nữ Giới Hương Sưu tầm

29. Hương Sen, Thơ và Nhạc -Lotus Fragrance, Poem and Music, Nguyễn Hiền Đức, English Interpreter: Thích Nữ Giới Hương (Song ngữ Anh-Việt)

30. Cách Chuẩn Bi Chết và Giúp Người Sắp Chết-Quan Điểm Phật Giáo - *Preparing for Death and Helping the Dying – A Buddhist Perspective*, Sangye Khadro, Chuyển Việt Ngữ: Thích Nữ Giới Hương

31. The Key Words in Vajracchedikā Sūtra

32. Văn Hóa Đặc Sắc của Nước Nhật Bản -*Exploring the Unique Culture of Japan* (Song ngữ Anh-Việt)

33. Three Jewels and Five Precepts

34. Sống An Lạc dù Đời không Đẹp như Mơ -*Live Peacefully though Life is not as a Dream* (Song ngữ Anh-Việt)

35. Sarnath-The Cradle of Buddhism

36. Hãy Nói Lời Yêu Thương -*Words of Love and Understand* (Song ngữ Anh-Việt)

37. Văn Hóa Cổ Kim qua Hành Hương Chiêm Bái - *The Ancient-Present Cultures in Pilgrim* (Song ngữ Anh-Việt)

38. Cycle of Life

39. Nghệ Thuật Biết Sống -*Art of Living* (Song ngữ Anh-Việt)

40. Tuyển Tập Ni sư Giới trong Thời Hiện Đại – *The Contributions of Buddhist Nuns in Modern Times* (Song ngữ Anh-Việt)

41.Tuyển Tập 40 Năm Tu Học & Hoằng Pháp của Ni sư Giới Hương - *Forty Years in the Dharma: A Life of Study and Service - Venerable Bhikkhuni Giới Hương* (Song ngữ Anh-Việt)

CÁC ĐĨA NHẠC từ THƠ
của Thích Nữ Giới Hương

1. Đào Xuân Lộng Ý Kinh
2. Niềm Tin Tam Bảo
3. Trăng Tròn Nghìn Năm Đón Chờ Ai
4. Ánh Trăng Phật Pháp
5. Bình Minh Tỉnh Thức (*Piano Variations for Meditation*)
6. Tiếng Hát Già Lam
7. Cảnh Đẹp Chùa Xưa
8. Karaoke Hoa Ưu Đàm Đã Nở
9. Hương Sen Ca
10. Về Chùa Vui Tu
11. Gọi Nắng Xuân Về

Mời tìm đọc Tủ Sách Bảo Anh Lạc trong Website: www.huongsentemple.com

CÁCH CHUẨN BỊ CHẾT

SANGYE KHADRO

Thích Nữ Giới Hương

NHÀ XUẤT BẢN HỒNG ĐỨC

65 Tràng Thi - Quận Hoàn Kiếm - Hà Nội

Email: nhaxuatbanhongduc65@gmail.com

Điện thoại: 024.39260024 Fax: 024.39260031

Chịu trách nhiệm xuất bản

Giám đốc BÙI VIỆT BẮC

Chịu trách nhiệm nội dung

Tổng biên tập: LÝ BÁ TOÀN

Biên tập: Phan Thị Ngọc Minh

Sửa bản in và trình bày: TKN Viên Quang

In 1.500 cuốn, khổ 13 x 21 cm, tại Công ty TNHH TM-DV Hải Triều ,Tp.HCM số 4583- 2019/CXBIPH/29 – 86/HĐ. Số QĐXB của NXB:766/QĐ-NXBHĐ cấp ngày 22/11/2019. In xong và nộp lưu chiểu năm 2019. Mã số tiêu chuẩn sách quốc tế (ISBN) 978-604-86-8349-8.